# ഓഷോ ധ്യാനോത്സവം

Nadakkavu, Kozhikode, Kerala
Tel:0495–4020666
www. insightpublica. com
e-mail: insightpublica@gmail. com
Title: **Bhayamillayma Njan Padippikkunnu**
(Malayalam)
Author: **Osho**
First Insight Edition: September 2023

ISBN 978-93-5517-442-0
Printed and Published by
Insightinpublica Printers & Publishers Ltd.

ഓഷോ

# ഭയമില്ലായ്മ
# ഞാൻ പഠിപ്പിക്കുന്നു

INSIGHT PUBLICA®

## ഓഷോ ധ്യാനോത്സവം
## പരമ്പരയിലെ പന്ത്രണ്ട് പുസ്തകങ്ങൾ

1. **അസ്തിത്വത്തിന് സമർപ്പണം ചെയ്യുക.**
   Surrender to Existence
2. **അതെ പറയുക!**
   Say Yes!
3. **പ്രേമം ഒരു സ്വതന്ത്ര പക്ഷിയാകുന്നു**
   Love is a Free Bird
4. **ജീവിതം ഒരു വരദാനമാകുന്നു**
   Life is a Gift
5. **ഭൂമിയിൽ അപരിചിതൻ**
   Stranger to the Earth
6. **സ്വയം ഒരു ദീപമായിത്തീരുക**
   Be a lamp unto yourself
7. **നാം തനിയേ പറക്കുന്നു**
   Alone we Fly
8. **ആപത്കരമായി ജീവിക്കുക**
   Live Dangerously
9. **ഭയമില്ലായ്മ ഞാൻ പഠിപ്പിക്കുന്നു**
   I teach Fearlessness
10. **നിങ്ങളുമായി ഒന്നായിത്തീരുക**
    Become one with yourself
11. **സമുദ്രത്തിൽ ഒരു മഞ്ഞുതുള്ളി**
    A Dewdrop in the Ocean
12. **ധ്യാനം: ഒരു ആനന്ദഹർഷം**
    Meditation : An Ecstasy

ഹേ, ഉന്മാദീ!
സമർപ്പണം ചിന്തയ്ക്കു പുറത്തുള്ള
ഒരു ചാട്ടമാകുന്നു.
ചാടുകയോ ചാടാതിരിക്കുകയോ ചെയ്തോളൂ,
പക്ഷെ ദൈവത്തെയോർത്ത്
അതിനെക്കുറിച്ച് തല പുണ്ണാക്കാതിരിക്കുക!

# മുഖവുര

വരും താളുകളിൽ കാണുന്ന വാക്കുകൾ ബോധ പ്രാപ്തനായ മഹാഗുരു ഓഷോ തന്റെ ശിഷ്യന്മാരോടും ഇന്ത്യയിലെ അദ്ദേഹത്തിന്റെ പൂന ആശ്രമം സന്ദർശിച്ച മറ്റു സാധകരോടുമായി ചെയ്ത പ്രഭാഷണങ്ങളിൽ നിന്നും എടുത്തിട്ടുള്ളതാണ്. ഫോട്ടോകളിൽ അധികവും ആശ്രമത്തിനകത്തുനിന്ന് എടുത്തിട്ടുള്ളവയാണ്: ഓഷോ തന്റെ ശിഷ്യരോടും അതിഥികളോടുമൊപ്പമുള്ളവ, സാധകർ ധ്യാനം ചെയ്യുകയോ മറ്റു പ്രവർത്തനങ്ങളിലേർപ്പെടുകയോ അല്ലെങ്കിൽ വെറുതെ വർത്തിക്കുകയോ ചെയ്യുന്നവ. (പൂന ഓഷോ മെഡിറ്റേഷൻ റിസോർട്ടിൽ നിന്നുള്ള ഫോട്ടോകൾ കൂടാതെ ഓഷോ ദം (ഡൽഹി), ഓഷോ നിസർഗ, (ഹിമാചൽപ്രദേശ്), ഓഷോ തവോവൻ (നേപ്പാൾ), രജനീഷ്പുരം (അമേരിക്ക), മോസ്കോ ഉൾപ്പെടെയുള്ള ചില വിദേശനഗരങ്ങളിൽ നടന്ന മെഡിറ്റേഷൻ ക്യാമ്പുകൾ, കേരളത്തിൽ നടന്ന ചില ഓഷോ ഇവന്റുകളുടെയും ക്യാമ്പുകളുടെയും ഫോട്ടോകൾ കൂടി ഈ മലയാളം പതിപ്പിൽ ഉൾപ്പെടുത്തിയിട്ടുണ്ട്.)

ഓഷോ നിർദ്ദേശിച്ചിട്ടുള്ളത് ഈ പുസ്തകം താഴെ പറയുന്ന രീതിയിൽ ഉപയോഗിക്കുകയാണെങ്കിൽ വായനക്കാർക്കത് ഏറ്റവും കൂടുതൽ പ്രയോജനകരമായിരിക്കും എന്നാണ്- അതായത് ഓരോ പ്രഭാതത്തിലേക്കും ക്രമപ്പെടുത്തിയിട്ടുള്ള ഭാഗങ്ങൾ രാവിലെ ഉണർന്നെഴുന്നേൽക്കുമ്പോൾ തന്നെ-മനസ്സ് ദിവസേനെയുള്ള മറ്റു പ്രവൃത്തികളിൽ വ്യാപൃതമാകുന്നതിന് മുൻപ്-വായിക്കുക.

ഒരാൾ ഉറങ്ങുന്നതിന് മുൻപ് അയാളുടെ മനസ്സിലുള്ള അവസാനത്തെ ചിന്ത തന്നെയായിരിക്കും ഉണർന്നെഴുന്നേൽക്കുമ്പോഴും അയാളുടെ ആദ്യത്തെ ചിന്ത എന്ന് പറയപ്പെടുന്നു. ഒരുപക്ഷെ നമ്മളിൽ ഭൂരിപക്ഷവും ഉറക്കത്തിലേക്ക് പതിക്കുന്നത്, ഒരു ടെലിവിഷൻ സീരിയലിലെ പ്രതിബിംബങ്ങളും കഴിഞ്ഞുപോയ ദിവസത്തെക്കുറിച്ചുള്ള വേവലാതികളും അടുത്ത് വരാനിരിക്കുന്ന ദിവസത്തെക്കുറിച്ചുള്ള ആകാംക്ഷകളും എല്ലാംകൂടി കുഴഞ്ഞു മറിഞ്ഞ മനസ്സുകളുമായിട്ടായിരിക്കും. നമ്മളിൽ പലർക്കും ഉറക്കത്തിലേക്ക് കടക്കുവാൻ തന്നെ കഴിയാത്ത അത്രയും വിഷമങ്ങളുണ്ട്. പ്രദോഷത്തിലേക്ക് വേണ്ടി തെരഞ്ഞെടുത്തിട്ടുള്ള ഭാഗങ്ങൾ രാത്രി ഉറങ്ങുന്നതിനു മുമ്പായി വായിക്കുക.

പന്ത്രണ്ട് പുസ്തകങ്ങളുടെ ഈ പരമ്പര മുപ്പത്തിയൊന്ന് ദിവസങ്ങളുള്ള പന്ത്രണ്ട് മാസങ്ങളായി വിഭജിച്ചിരിക്കുന്നു. 'മാസം ഒന്ന്', കലണ്ടർ വർഷം തുടങ്ങുന്ന മാസം തന്നെ ആയിരിക്കണമെന്നില്ല; അത് നിങ്ങൾ വായിക്കാൻ തുടങ്ങുന്ന ആദ്യത്തെ മാസമാണ്. ഉദ്ധരണികൾ ക്രമത്തിൽ തന്നെയാണ് വായിക്കേണ്ടത്, ഏതെങ്കിലും ഒന്ന് തെരഞ്ഞെടുത്താൽ പോരാ. കാരണം ജിവിതത്തെക്കുറിച്ചുള്ള ധാരണ മാസംതോറുമാണ് ഓഷോ വികസിപ്പിച്ചു കൊണ്ടുവരുന്നത്.

ഓരോ ദിവസത്തിനും ഒരു പ്രത്യേക വിഷയതന്തു ഉണ്ടായിരിക്കുകയും പ്രഭാതത്തിലെയും പ്രദോഷത്തിലെയും മനനവിഷയങ്ങൾ പരസ്പരം പൂരകമാ

യിരിക്കുകയും ചെയ്യുന്ന വിധത്തിലാണ് പുസ്തകം രൂപകല്പന ചെയ്തിട്ടുള്ളത്.

പ്രഭാതമനനങ്ങൾക്ക് വേണ്ടി തെരഞ്ഞെടുക്കപ്പെട്ട ഉദ്ധരണികൾ ഉന്മേഷദായകവും ചിന്തോദ്ദീപകവുമാണ്- എല്ലായ്പ്പോഴും, വരാനിരിക്കുന്ന ദിവസത്തിലേക്കുള്ള ഒരു സമ്പൂർണവും സജീവവുമായ പങ്കാളിത്തം സാധ്യമാക്കുന്നത്. താരതമ്യേന നോക്കിയാൽ പ്രദോഷത്തിലേക്കായുള്ള ഓഷോയുടെ വാക്കുകൾ വായനക്കാരെ വിശ്രാന്തിയുടെ, വികസനത്തിന്റെ, വിലയനത്തിന്റെ, അസ്തിത്വത്തോട് പൊരുത്തപ്പെടുന്നതിന്റെ സാംഗത്യത്തെ ഓർമ്മപ്പെടുത്തുന്നു.

ഈ ഉദ്ധരണികൾ വായിക്കുന്നതു തന്നെ സ്വയമേവ ഒരു മനനരൂപമാണ്. ഓഷോ പറഞ്ഞിട്ടുള്ളതുപോലെ, ഒരു ഋഷിവചനം അംഗീകരിക്കപ്പെടുകയോ നിരാകരിക്കപ്പെടുകയോ ചെയ്യുമ്പോഴും, ഒരുതരത്തിലുമുള്ള സിദ്ധാന്തത്തിന്റേയും ഭാഗമല്ല അത്. വായനക്കാരോട് ഒരു അനുയായിയോ വിശ്വാസിയോ ആകുവാൻ അതാവശ്യപ്പെടുന്നില്ല. വാസ്തവത്തിൽ പ്രസക്തമായിട്ടുള്ളത് ആ വാക്കുകൾ പോലുമല്ല, മറിച്ച് ആ വാക്കുകൾ എന്തിനെയാണോ സംവഹിക്കുന്നത് അതാണ് പ്രസക്തമായിട്ടുള്ളത്.

അദ്ദേഹം വിശദീകരിക്കുന്നു: ‘‘വാക്കുകൾ (ഋഷിവര്യന്റെ വാക്കുകൾ) അവയ്ക്കു ചുറ്റും ഒരു നിശ്ശബ്ദതയെ സംവഹിക്കുന്നു. അദ്ദേഹത്തിന്റെ വാക്കുകൾ ശബ്ദായമാനമല്ല. അദ്ദേഹത്തിന്റെ വാക്കുകൾക്ക് ഒരു സ്വരമാധുര്യമുണ്ട്, ഒരു താളം, ഒരു സംഗീതം; അദ്ദേഹത്തിന്റെ വാക്കുകളുടെ അകക്കാമ്പിൽ തികഞ്ഞ നിശ്ശബ്ദതയാണുള്ളത്. നിങ്ങൾക്ക് ആ വാക്കുകളിലേക്ക് കടന്നുകയറി ചെല്ലാനാകുമെങ്കിൽ അനന്തമായ നിശ്ശബ്ദതയെ നിങ്ങൾ അഭിമുഖീകരിക്കാനിടവരും.’’

‘‘എന്നാൽ ഒരു ബുദ്ധന്റെ വാക്കുകളിലേക്ക് കടന്നു കയറി ചെല്ലുവാനുള്ള മാർഗ്ഗം അപഗ്രഥനമല്ല, വാദപ്രതിവാദവുമല്ല, ചർച്ചചെയ്യലുമല്ല. അതിനുള്ള

മാർഗ്ഗം അദ്ദേഹവുമായി ഒരു ഭാവലയത്തിൽ വീഴ ലാണ്, അദ്ദേഹവുമായുള്ള ഒരു സ്വരച്ചേർച്ചയിൽ, ഒരു ഭാവൈക്യത്തിൽ എത്തിച്ചേരലാണ്. ആ സ്വരച്ചേ ർച്ചയിൽ, ആ ഒന്നായിത്തീരലിൽ, ഒരുവൻ ഗുരുവ ചനങ്ങളുടെ ഉള്ളറയിലേക്ക് പ്രവേശിക്കുന്നു. അവിടെ നിങ്ങൾ ഒരു ശബ്ദവും, ഒരു സ്വരവും കേൾക്കുക യില്ല; അവിടെ നിങ്ങൾ കണ്ടെത്തുക തികഞ്ഞ നിശ്ശബ്ദതയായിരിക്കും. അത് തിരിച്ചറിയുക എന്ന താണ് ഗുരുവിനെ ഗ്രഹിക്കൽ.''

വാക്കിന്റെ അർത്ഥമല്ല പ്രധാനം, ഓർക്കുക, മറിച്ച് ആ വാക്കിലെ നിശ്ശബ്ദതയാണ്. ''ഞാൻ നിങ്ങളോട് പറയുന്ന കാര്യങ്ങൾ നിങ്ങളുടെ ജീവിതത്തിൽ ഒരു യാഥാർത്ഥ്യമായി തീർന്നുകൊണ്ടിരിക്കുകയാണെ ങ്കിൽ നിങ്ങൾ എന്റെ വാക്കുകളെ ഓർക്കുന്നുവോ ഇല്ലയോ എന്നുള്ളത് ആര് ഗൗനിക്കുന്നു? അത് ഓർക്കാതിരിക്കുന്നത് തികച്ചും ശരിതന്നെ; വാക്കു കളുടെ ഏതെങ്കിലും തരത്തിലുള്ള സ്മരണ ഒരു തടസ്സമായിരിക്കും. പരിശുദ്ധമായ അർത്ഥം മാത്രം നിങ്ങളുടെ സത്തയുടെ അത്യഗാധമായ കാമ്പിലേക്ക് വ്യാപിക്കട്ടെ, അവിടെ വാക്കുകൾക്ക് എത്തിച്ചേരാ നാവില്ല, അവിടെ വാഗ്രഹിതമായ അർത്ഥത്തിന് മാത്രമേ പ്രവേശിക്കുവാൻ സാധ്യമാകു.''

വാസ്തവത്തിൽ, അദ്ദേഹത്തിന്റെ വാക്കുകൾ വായിക്കുക എന്നത് ഏതെങ്കിലും തരത്തിലുള്ള മനോ വ്യായാമത്തിലേർപ്പെടുക എന്നതിനേക്കാളേറെ സംഗീതം ശ്രവിക്കുന്നതിനോടാണ് സമാനമായിട്ടു ള്ളത്. സംഗീതം ശ്രവിച്ചുകൊണ്ടിരിക്കൽ– അല്ലെങ്കിൽ വീഞ്ഞ് നുണഞ്ഞുകൊണ്ടിരിക്കൽ: ഒന്ന് മൊത്തുക, മണപ്പിച്ചു നോക്കുക. ആ സ്വാദ് നിങ്ങളുടെ ആദ്ധ്യാ ത്മിക രുചി മണ്ഡലത്തെ തൊട്ടുണർത്താൻ അനു വദിക്കുക.

**പ്രേം മനീഷ**

ഓഷോ ധ്യാനോത്സവം

# മാസം ഒൻപത്

**പ്രഭാത ചിന്താവിഷയം**

ജീവിതം ഒരു മലർശയ്യയാകുന്നു.

**പ്രദോഷ ചിന്താവിഷയം**

ദൈവത്തിലേക്ക്
നൃത്തം ചെയ്തു നീങ്ങുക

## പ്രഭാതമനനം

പ്രശ്നം സ്വർഗത്തിലേക്കു പോകലിന്റേതല്ല, നിങ്ങൾ എവിടെയായിരുന്നാലും സ്വർഗത്തിൽ വർത്തിക്കുന്നതിന്റെ കല അഭ്യസിക്കലിന്റെ പ്രശ്നമാണത്. ഈ നിമിഷത്തെ അതിന്റെ സമ്പൂർണ്ണതയിൽ പിഴിഞ്ഞെടുക്കേണ്ടതുണ്ട്.

കലാപാത്മകരായ ആളുകൾ മാത്രമേ ജീവിതം എന്തെന്നറിയുന്നുള്ളൂ. കലാപാത്മകർ മാത്രമേ ദൈവം എന്തെന്നറിയുന്നുള്ളൂ, കാരണം ദൈവം ജീവിതത്തിന്റെ കേന്ദ്രമാകുന്നു. വാസ്തവത്തിൽ ദൈവവും ജീവിതവും പര്യായപദങ്ങളാണ്.

## പ്രദോഷമനനം

ജ്ഞാനം ഒരു ഗാനമാണ്. അത് ഗൗരവമല്ല, വിനോദാത്മകതയാണ്. അത് വിഷാദാത്മകമല്ല, ആഘോഷപരമാണ്. ജ്ഞാനം ഒരു ഗാനമാകുന്നില്ലെങ്കിൽ അത് യഥാർത്ഥമല്ല. അപ്പോഴത് അറിവ് മാത്രമാകുന്നു, വെറും വിജ്ഞാനം. അതു ജ്ഞാനമാണെന്ന് നടിക്കുക മാത്രമാണ്. പക്ഷെ യഥാർത്ഥജ്ഞാനം, ഒരു ഗാനമായിത്തീരുവാൻ കൂടി കഴിയുന്ന ജ്ഞാനം, അന്തിമമായി ഒരു ഗാനമായിത്തീരുന്ന ജ്ഞാനം, ധ്യാനത്തിൽ മാത്രമേ സംജാതമാകൂ. അതിനു വേറെ മാർഗമില്ല.

## പ്രഭാതമനനം

ഇവിടെ എന്റെ ശ്രമം തികച്ചും പുതിയ തരത്തിലുള്ളൊരു വ്യക്തിയെ രൂപപ്പെടുത്തുകയാണ്. അതാണ് നവീന മനുഷ്യനെ കുറിച്ചുള്ള എന്റെ ദർശനം, അതായത് അവൻ പ്രേമിക്കുവാൻ കഴിവുള്ളവനായിരിക്കണം. അവൻ മഠങ്ങൾ നോക്കി പോകരുത്. അവന് അങ്ങാടിയിൽ തന്നെ ജീവിച്ചുകൊണ്ട് എല്ലാ സംഗവും അള്ളിപ്പിടുത്തവും അസൂയയും ഉടമബോധവും ഉപേക്ഷിക്കുവാൻ കഴിയണം.

അത് ചെയ്യുവാൻ സാധിക്കും. കാരണം ഞാനത് ചെയ്തിട്ടുണ്ട്, അതിനാൽ നിങ്ങൾക്കും അത് ചെയ്യുവാൻ കഴിയും. എന്റെ സ്വന്തം അനുഭവമായി കഴിഞ്ഞിട്ടില്ലാത്ത ഒരൊറ്റ കാര്യംപോലും ഞാൻ ഒരിക്കലും പറയില്ല. ഞാൻ സംസാരിക്കുന്നത് എന്റെ സ്വന്തം ആധികാരികതയിന്മേലാണ്.

ഒരു പഴയ ഗുരുവിനെക്കുറിച്ച് ഒരു സൂഫി കഥയുണ്ട്: ഒരു സ്ത്രീ അവളുടെ കൊച്ചു കുഞ്ഞിനെ വലിച്ചിഴച്ചു കൊണ്ട് അദ്ദേഹത്തിന്റെ അടുത്ത് വന്നു പറഞ്ഞു, ''ഈ ചെറുക്കനെ കൊണ്ട് ഞാൻ മടുത്തു, ഇവൻ ഒരുപാട് മധുരപലഹാരം തിന്നുന്നു. അവന് വല്ല രോഗവും വരുമോ എന്നെനിക്ക് ഭയം തോന്നുന്നു, അവന്റെ പല്ല് കേടുവരും. മാത്രമല്ല അവന് വയറുവേദനയുണ്ട്, ഇതുണ്ട്, അതുണ്ട് - എങ്കിലും അവൻ മധുരം മാത്രമേ കഴിക്കൂ. മറ്റൊന്നും കഴിക്കുകയില്ല. അതുകൊണ്ട് അങ്ങെന്തെങ്കിലും ചെയ്യുക. എനിക്കറിയാം, അങ്ങ് പറഞ്ഞാൽ അവൻ കേൾക്കും.''

ഗുരു കുട്ടിയുടെ നേരെ ഒന്നു നോക്കി, എന്നിട്ട് സ്ത്രീയോട് പറഞ്ഞു, ''ഒരാഴ്ച കഴിഞ്ഞിട്ട് വരിക.''

ആ സ്ത്രീ ആകെ അമ്പരന്നു, കാരണം അവർ

പലതവണ ആ ഗുരുവിനെ സന്ദർശിച്ചിട്ടുണ്ടായിരുന്നു. പല വിഷമം പിടിച്ച ചോദ്യങ്ങളും ചോദിച്ചിട്ടുണ്ടായിരുന്നു, ജീവിതത്തെയും മരണത്തെയും കുറിച്ച്, ദൈവത്തിന്റെ അവതാരത്തെക്കുറിച്ച്, സ്വർഗനരകങ്ങളെക്കുറിച്ച്. എപ്പോഴും ഉടനെ ഉത്തരം നൽകുവാൻ അദ്ദേഹം തയ്യാറായിരുന്നു. ഇപ്പോൾ തീരെ ചെറിയൊരു കാര്യം, ഈ ചെറുക്കനോടെന്തെങ്കിലും ഒന്നു പറഞ്ഞാൽ മതി, പക്ഷെ അദ്ദേഹത്തിന് ഏഴു ദിവസം വേണം പോലും.

എന്നാൽ പിന്നീടവൾ ചിന്തിച്ചു, ''ഈ സൂഫീ ഗുരുക്കന്മാർ ഒരുതരം ഉന്മത്തരാണ്. അതിലെന്തെങ്കിലും കാര്യം ഉണ്ടായിരിക്കും. അതുകൊണ്ട് ഒരാഴ്ച കാത്തിരിക്കാം.''

ഒരാഴ്ചയ്ക്കു ശേഷം അവർ വന്നു. അപ്പോൾ ഗുരു പറഞ്ഞു, ''ക്ഷമിക്കണം, രണ്ടാഴ്ച കൂടി കഴിഞ്ഞു വരിക. ഞാൻ തയ്യാറായി കഴിഞ്ഞിട്ടില്ല.'' ആ കുട്ടിക്കു പോലും അമ്പരപ്പായി. രണ്ടാഴ്ചയ്ക്കു ശേഷം അവർ വീണ്ടും തിരിച്ചു വന്നു. ഗുരു പയ്യനെ നോക്കിക്കൊണ്ട് പറഞ്ഞു, ''നിനക്കത് ചെയ്യാൻ കഴിയും.''

അപ്പോൾ കുട്ടി ചോദിച്ചു, ''പക്ഷേ ഇത് പറയാൻ അങ്ങ് മൂന്നാഴ്ച എടുത്തതെന്തുകൊണ്ട്?''

ഗുരു പറഞ്ഞു, ''കാരണം എനിക്കും മധുരം വളരെ ഇഷ്ടമാണ്. അതുകൊണ്ട് ആദ്യം എനിക്ക് ശ്രമിച്ചു നോക്കേണ്ടി വന്നു, പറ്റുമോ ഇല്ലയോ എന്ന്; അല്ലാത്തപക്ഷം നിന്നോടത് പറയുവാൻ എനിക്കെങ്ങനെ കഴിയും? അത് തെറ്റായിപ്പോയെനേ. അത് കഠിനവുമാണ്, എനിക്കറിയാം.''

കുട്ടിയ്ക്ക് ഗുരുവിൽ താൽപ്പര്യമായി.... പക്ഷേ സ്ത്രീ പറഞ്ഞു, ''അങ്ങേയ്ക്കവനോട് പറയാമായിരുന്നു. സ്വയം തെളിയിക്കേണ്ട ആവശ്യമൊന്നുമില്ലായിരുന്നു.''

അദ്ദേഹം പറഞ്ഞു, ''ഞാൻ സ്വയം അനുഭവിച്ചറിഞ്ഞിട്ടില്ലാത്ത ഒരു കാര്യവും എനിക്ക് പറയാൻ

കഴിയില്ല. ഞാൻ സ്വയം അനുഭവിച്ചിട്ടില്ലാത്ത ഒരു കാര്യത്തെക്കുറിച്ച് ഒരിക്കലും ഞാൻ ഉച്ചരിച്ചിട്ടില്ല, കാരണം നിങ്ങൾ അനുഭവിച്ചറിഞ്ഞിട്ടില്ലാത്തതിനെക്കുറിച്ച് എന്തെങ്കിലും പറയുമ്പോൾ അതിലെന്തോ ചിലത് നഷ്ടമാകുന്നുണ്ട്; അതിൽ ഒരു സത്യവുമില്ല.'' അദ്ദേഹം വീണ്ടും പറഞ്ഞു, ''സ്വന്തം അനുഭവത്തിൽ നിന്നു കൊണ്ടൊരുവൻ സംസാരിക്കുമ്പോൾ അതാഴത്തിലേക്ക് പോകുന്നു. ഞാൻ അതറിഞ്ഞു. ഞാൻ നിന്റെ കണ്ണുകളിലേക്ക് നോക്കി. നിനക്കത് ചെയ്യുവാൻ കഴിയുമെന്നെനിക്ക് തോന്നി. ഞാൻ ഒരു വൃദ്ധനാണ്. എനിക്ക് ക്ഷീണമുണ്ട്, എനിക്കതിന് മൂന്നാഴ്ച വേണ്ടിവന്നു. നീ ചെറുപ്പം, നിനക്കത് ഒരു ദിവസം കൊണ്ട് സാധിക്കും!'' ഇതുതന്നെയാണ് എന്റെ രീതിയും.

## പ്രദോഷമനനം

ജീവിതം ആഹ്ലാദിച്ചു ജീവിക്കേണ്ടതാണ്, ജീവിതത്തെ അതിന്റെ സമ്പൂർണ്ണതയിൽ ജീവിക്കേണ്ടതാണ്. ദൈവമാണ് ഈ ജീവിതത്തെ സൃഷ്ടിച്ചത്, അവൻ ഒരു യതിയാണെന്നും തോന്നുന്നില്ല, അല്ലെങ്കിൽ അവനെന്തിന് ഈ പൂക്കളെയും പൂമ്പാറ്റകളെയും മഴവില്ലുകളെയും സൃഷ്ടിച്ചു - എന്തിനുവേണ്ടി?

ദൈവം ഒരു യതിയല്ല - അത്രമാത്രം തികച്ചും വ്യക്തമാണ്. ദൈവം പ്രേമമാകുന്നു, ഒരു സൃഷ്ടികർത്താവ്, ഒരു കവി, ഗായകൻ, നർത്തകൻ. അവനൊരു പരിപൂർണ്ണതാവാദിയുമല്ല: അവൻ വളർച്ച ഇഷ്ടപ്പെടുന്നു, അന്വേഷണം ഇഷ്ടപ്പെടുന്നു, ആളുകൾ സ്വയം കണ്ടെത്തുന്നതും അവനിഷ്ടപ്പെടുന്നു. ആളുകൾ സ്വന്തം നിലയിൽ വളരുന്നതിൽ അവനങ്ങേയറ്റം തൽപ്പരനാണ്. ചിലപ്പോഴവർ വഴിതെറ്റിപ്പോകുന്നതും അവനംഗീകരിക്കുന്നു; അല്ലെങ്കിലവർക്ക് വളരാനാവില്ല. അവർ തെറ്റുകൾ വരുത്തുമെന്നുള്ളതും അവനംഗീകരിക്കുന്നു, തെറ്റുകൾ വരുത്താതെ ആർക്കും ഒന്നും പഠിക്കുവാൻ സാധ്യമല്ല. ദൈവം ഒരു പുണ്യവാളനല്ല - അത്രത്തോളം ഉറപ്പാണ്. ദൈവം എന്ന ഒരുത്തനുണ്ടെങ്കിൽ അവനേതായാലും എന്റെ സന്യാസിമാരിൽ ഒരാളെപ്പോലെയായിരിക്കും. അസ്തിത്വവുമായും ജീവിതവുമായും അങ്ങേയറ്റം പ്രേമത്തിൽ വർത്തിക്കുന്നവൻ; അല്ലെങ്കിലവൻ സൃഷ്ടി നടത്തുമായിരുന്നില്ല.

നിങ്ങൾ ഒരു പുതിയതരം മതാത്മകത പഠിക്കേണ്ടിയിരിക്കുന്നു. ആടുവാനും പാടുവാനും ആഘോഷിക്കുവാനും കഴിയുന്ന ഒരു മതാത്മകത.

## പ്രഭാതമനനം

നാം ജനിക്കുന്നത് മഹത്തായ ഒരു സാധ്യതാശേഷിയോടുകൂടിയാണ്, എന്നാൽ അതൊരു സാധ്യതാശേഷിമാത്രമാണ്. അത് വാസ്തവീകരിക്കപ്പെടാതെ നാം മരിച്ചുപോയേക്കാം. ബോധപൂർവ്വം, അവധാനതയോടെ നീങ്ങിയില്ലെങ്കിൽ നമുക്ക് ലക്ഷ്യം പിഴച്ചുപോകാനിടയുണ്ട്. കാറ്റിന്റെയും തിരമാലകളുടെയും കരുണയ്ക്കായി കാത്തിരിക്കുന്ന വെറുമൊരു പൊങ്ങുതടിയായി നിങ്ങൾ നിലനിൽക്കുകയാണെങ്കിൽ, നമ്മൾ വെറും ആകസ്മികർ മാത്രമായി നിലനിൽക്കുകയാണെങ്കിൽ, അപ്പോൾ നമുക്കത് നഷ്ടപ്പെടുവാനുള്ള എല്ലാ സാധ്യതയുമുണ്ട്.

അതുകൊണ്ടാണ് അത്രയധികം ആളുകളെ ഇത്ര മാത്രം ദുഃഖിതരായി നിങ്ങൾക്ക് കാണുവാൻ കഴിയുന്നത്. ആ ദുഃഖത്തിന് ബാഹ്യഹേതുക്കൾ ഒന്നുമില്ല, അത് ലക്ഷ്യം പിഴയ്ക്കുന്നതിൽ വേരൂന്നി നിൽക്കുന്നു. അവർക്കെല്ലാം തോന്നുന്നത് തങ്ങൾക്കെന്തോ നഷ്ടമാകുന്നു എന്നാണ്. എന്താണ് യഥാർത്ഥത്തിലത് എന്നതിനെക്കുറിച്ച് അവർ ബോധവാന്മാരല്ല. എങ്കിലും ഒരുകാര്യം തീർച്ചയാണ്: വിത്തും വഹിച്ചു നടക്കുന്ന എല്ലാവരും മുളയെടുക്കുകയോ വളരുകയോ ചെയ്യുന്നില്ല. എന്തോ ചിലത് പുഷ്പീകരിക്കപ്പെടാതെ ബാക്കി നിൽക്കുന്നു.

വിത്ത് ദുഃഖാകുലമായി തന്നെ വർത്തിക്കും; ഒരു പുഷ്പത്തിന് മാത്രമേ മന്ദമാരുതനിൽ, മഴയിലും വെയിലിലും നൃത്തം ചെയ്യുവാൻ കഴിയൂ. ഒരു പുഷ്പത്തിന് മാത്രമേ അതിന്റെ സംഗീതമാലപിക്കുവാൻ, പരമാനന്ദത്തിന്റെ ഗീതമാലപിക്കുവാൻ കഴിയൂ. ഒരു പുഷ്പം മാത്രമേ സാഫല്യം, സംതൃപ്തി അറിയുന്നുള്ളൂ. അസ്തിത്വവുമായി സ്വാസ്ഥ്യത്തിൽ വർ

ത്തിക്കുന്നതൊരു പുഷ്പം മാത്രമാണ്, വിത്തിന് സ്വാസ്ഥ്യം അനുഭവപ്പെടുന്നില്ല; അതടഞ്ഞതാണ്, അതിന് യാതൊരു ബന്ധിപ്പിക്കലുമില്ല. സൂര്യനെക്കുറിച്ചും ചന്ദ്രനെക്കുറിച്ചും നക്ഷത്രങ്ങളെക്കുറിച്ചും അതിന് യാതൊന്നുമറിഞ്ഞുകൂടാ, അവയെക്കുറിച്ചത് കേട്ടിട്ടു പോലുമില്ല. അതിന് പൂക്കളെക്കുറിച്ചോ, മഴവില്ലുകളെക്കുറിച്ചോ, അവയുടെ വർണ്ണങ്ങളെക്കുറിച്ചോ, ഒന്നുമറിഞ്ഞുകൂടാ, പക്ഷികളുടെ പാട്ടുകളും ഷഡ്പദങ്ങളുടെ മർമ്മരങ്ങളും അത് ശ്രവിച്ചിട്ടില്ല - അതിനെക്കുറിച്ചൊന്നും അതിനറിയില്ല. എങ്കിലും അവയെല്ലാം അറിയുന്നതിനുവേണ്ടിയുള്ള ഒരു അഭിവാഞ്ഛ അതിന്റെ ഉള്ളിലെവിടെയോ ഒളിഞ്ഞിരിപ്പുണ്ട്.

അതിനാവശ്യമായ ഒരെയൊരു ഗുണവിശേഷം ധിഷണ മാത്രമാണ്. നിശ്ശബ്ദനായിത്തീരുക, അവബോധവാനായിത്തീരുക, ധ്യാനാത്മകനായി വർത്തിക്കുക, അപ്പോൾ നിങ്ങളുടെ ധിഷണ വളരുവാൻ തുടങ്ങും; അങ്ങനെ ഒരു ദിനം ആ വിത്ത് മുളപൊട്ടി മുന്നോട്ട് പുറത്തുവരും. ആ ദിനം ആഹ്ലാദത്തിന്റെ സുദിനമാകുന്നു. നിങ്ങളുടെ ആന്തരികലോകത്തിൽ വസന്തം വരികയും നിങ്ങൾ ഒരു പൂന്തോട്ടമായിത്തീരുകയും നിങ്ങളുടെ പുഷ്പങ്ങളെല്ലാം വന്നുചേരുകയും ചെയ്യുന്ന സുദിനം.

## പ്രദോഷമനനം

ജീവിതത്തിൽ ആഹ്ലാദംകൊള്ളലാണ് ദൈവത്തിലേക്കുള്ള വഴി. ദൈവത്തിലേക്ക് നൃത്തം ചെയ്തുകൊണ്ട് നീങ്ങുക, ദൈവത്തിലേക്ക് പൊട്ടിച്ചിരിച്ചുകൊണ്ട് നീങ്ങുക, ദൈവത്തിലേക്ക് പാട്ടുപാടിക്കൊണ്ട് നീങ്ങുക, നിങ്ങളുടെ വഴിനീളേ ഇത് ചെയ്തുകൊണ്ടിരിക്കുക!

മാത്രവുമല്ല ദൈവം ഇപ്പോഴേക്കും നിങ്ങളുടെ ഗൗരവക്കാരായ പുണ്യവാളന്മാരെക്കൊണ്ട് മടുത്തിട്ടുണ്ടായിരിക്കണം. നൂറ്റാണ്ടുകളായി ആ മണ്ടശിരോമണികൾ.... ഒന്നുകിൽ അവൻ ഈ പുണ്യവാളന്മാരെ കണ്ടുകണ്ട് ആത്മഹത്യ ചെയ്യേണ്ടി വരും - എനിക്കവരുടെ ചിത്രങ്ങൾ എന്റെ മുറിയിൽ വെക്കുവാൻ പോലുമാകുന്നില്ല - അല്ലെങ്കിൽ ദൈവത്തിന് ഭ്രാന്തു പിടിച്ച് കഴിഞ്ഞിരിക്കണം, അതുമല്ലെങ്കിൽ അവൻ എങ്ങോട്ടെങ്കിലും ഒളിച്ചോടിയിട്ടുണ്ടാവും.

നിങ്ങൾ ജീവിതത്തിലേക്ക് നോക്കുക, ഈ ജീവിതം ദൈവത്തിന്റെ സൃഷ്ടിയാണെങ്കിൽ, അത് ദൈവത്തിന്റെ ആവിഷ്ക്കാരമാണെങ്കിൽ, എങ്കിൽ ആ ദൈവം ഒരു നൃത്തമാടുന്ന ദൈവമായിരിക്കണം. അവനിൽ നിറയെ പുഷ്പങ്ങളും സൗരഭ്യങ്ങളും ഗാനങ്ങളുമായിരിക്കണം - വളരെ അതീവ സൃഷ്ടിപരം, സംവേദകം - സംഗീതസാന്ദ്രം.....ഈ ജീവിതം എന്തിന്റെയെങ്കിലും തെളിവാണെങ്കിൽ - ഈ ജീവിതമൊഴികെ മറ്റൊരു തെളിവുമില്ലതാനും - എങ്കിൽ, ദൈവത്തിന് ഗൗരവക്കാരനായ ഒരു വ്യക്തിയായിരിക്കുവാൻ സാധ്യമല്ല.

## പ്രഭാതമനനം

ജീവിതത്തിലെ അദ്വിതീയമായ അനുഭവം നിശ്ശബ്ദതയുടേതാണ്; അല്ലാത്ത ജീവിതം വളരെ ശബ്ദായമാനമാണ്. പുറത്തും ശബ്ദം അകത്തും ശബ്ദം. രണ്ടും ഒരുമിച്ചാകുമ്പോൾ ഏതൊരാളെയും അത് ഭ്രാന്തിലേക്ക് തള്ളിവിടും. അത് ലോകത്തെയാകെ ഭ്രാന്തിലേക്ക് തള്ളിവിട്ടിരിക്കുന്നു.

ഈ ആന്തരികശബ്ദം നിലപ്പിക്കേണ്ടതുണ്ട്. ബാഹ്യശബ്ദം നമ്മുടെ നിയന്ത്രണത്തിനപ്പുറമാണ്, അത് നിലപ്പിക്കേണ്ട ആവശ്യവുമില്ല. എന്നാൽ ആന്തരികശബ്ദത്തെ നമുക്ക് നിർത്തുവാൻ കഴിയും. ഒരിക്കൽ ആന്തരിക ശബ്ദം നിലക്കുകയും നിശ്ശബ്ദത നിലയുറക്കുകയും ചെയ്താൽ ബാഹ്യശബ്ദം ഒരു പ്രശ്നമേയല്ല; നിങ്ങൾക്കതതാസ്വദിക്കാം, ഒരു പ്രശ്നവും കൂടാതെ നിങ്ങൾക്കതിനകത്തു തന്നെ ജീവിക്കാം.

ആന്തരിക നിശ്ശബ്ദതയുടെ അനുഭവം താരതമ്യാതീതമാണ്, അദ്വിതീയമാണ്. അത്രയും വിലമതിക്കാവുന്ന മറ്റൊരു അനുഭവമില്ല. കാരണം ഈ അനുഭവത്തിൽ നിന്നാണ് മറ്റനുഭവങ്ങളെല്ലാം വളരുന്നത്. അതാണ് മതമെന്ന മഹാക്ഷേത്രത്തിന്റെ മുഴുവൻ അധിഷ്ഠാനവും.

നിശ്ശബ്ദതയെ കൂടാതെ യാതൊരു സത്യവുമില്ല, സ്വാതന്ത്ര്യമില്ല, ദൈവമില്ല. നിശ്ശബ്ദതയോടു കൂടി, പൊടുന്നനെ അവിടെ ഇല്ലാതിരുന്ന കാര്യങ്ങൾ ഉണ്ടാകുന്നു, ഉണ്ടായിരുന്ന കാര്യങ്ങൾ അവിടെ ഇല്ല-നിങ്ങളുടെ കാഴ്ചപ്പാടുകൾ മാറുന്നു, നിങ്ങളുടെ വീക്ഷണകോൺ മാറുന്നു. അജ്ഞാതത്തെ അറിയുവാൻ നിശ്ശബ്ദത നിങ്ങളെ പ്രാപ്തനാക്കുന്നു. അതാണതിന്റെ അദ്വിതീയത.

# 4

## പ്രദോഷമനനം

ധ്യാനം നിങ്ങളെ അതിമഹത്തായ സംഗീതത്തെക്കുറിച്ച് ബോധവാനാക്കുന്നു - പുറത്തെ സംഗീതവും അകത്തെ സംഗീതവും. അതവിടെ ഉണ്ടെങ്കിലും നാം ജാഗരൂകരല്ല, നാം ഉണർന്നിരിക്കുന്നില്ല; അതിനാൽ നമുക്കത് നഷ്ടമാകുന്നു. അല്ലാത്തപക്ഷം ഈ അസ്തിത്വം മുഴുവനും സംഗീതമല്ലാതെ മറ്റൊന്നുമല്ല. ആ സംഗീതത്തെയാണ് ഋഷിമാർ 'ഈശ്വരൻ' എന്നു വിളിച്ചത്. ദൈവമെന്നത് ഒരു വ്യക്തിയല്ല. മറിച്ച് അസ്തിത്വത്തിന്റെ പരമമായ സ്വരൈക്യമാകുന്നു; അതൊരു ഓർക്കസ്ട്രയാണ്. ഓരോ കാര്യവും മറ്റുള്ള കാര്യങ്ങളോട് സ്വരച്ചേർച്ചയിൽ വർത്തിക്കുന്നു. വൃക്ഷങ്ങൾ ഭൂമിയുമായി സ്വരച്ചേർച്ചയിലാണ്, ഭൂമി കാറ്റുമായും സ്വരച്ചേർച്ചയിലാണ്, കാറ്റ് ആകാശവുമായി സ്വരച്ചേർച്ചയിലാണ്, ആകാശം നക്ഷത്രങ്ങളുമായി സ്വരച്ചേർച്ചയിലാണ്. അങ്ങനെയങ്ങനെ..... അവിടെ ഒരു ഉയർച്ച താഴ്ചയുമില്ല. ഏറ്റവും ചെറിയ പുൽക്കൊടി പോലും ഏറ്റവും വലിയ നക്ഷത്രങ്ങളോളം പ്രസക്തമാണ്. അവ രണ്ടും അസ്തിത്വമാകുന്ന ഓർക്കസ്ട്രയിലേക്ക് സംഭാവന ചെയ്യുന്നു; അവ രണ്ടും അതിനെ ധന്യമാക്കുന്നു, അതിന്റെ മാറ്റുകൂട്ടുന്നു.

## പ്രഭാതമനനം

നിശ്ശബ്ദതയാണ് ഏറ്റവും അവശ്യമായ ആവശ്യം എന്ന രഹസ്യം യുഗങ്ങൾ മുമ്പുതന്നെ അറിയപ്പെട്ടിരുന്നു; അതിനാലാണ് ആളുകൾ ലോകത്ത് നിന്ന് ഒളിച്ചോടിയിട്ടുള്ളത്. അവർ കരുതി ലോകത്തിൽ നിശ്ശബ്ദനായിരിക്കുവാൻ സാദ്ധ്യമല്ലെന്ന്.

അത് തികച്ചും തെറ്റായ ഒരു നിഗമനമായിരുന്നു, തെറ്റായ യുക്തി. കാരണം നിശ്ശബ്ദതയ്ക്ക് ബാഹ്യലോകവുമായി യാതൊരു ബന്ധവുമില്ല, അത് ആന്തരികമായൊരു കാര്യമാണ്. നിങ്ങൾക്കത് എവിടെ വേണമെങ്കിലും വളർത്തിയെടുക്കാം. പർവ്വതങ്ങളിലേക്ക് പോയാലും നിങ്ങളുടെ മനസ്സ് തത്തുല്യമായിരിക്കും. പർവ്വതങ്ങളിൽവെച്ചും അത് അതേ കളികൾ തന്നെ കളിക്കും, കൂടുതലായി കളിക്കും. കാരണം അവിടെ നിങ്ങൾക്ക് മറ്റൊന്നും ചെയ്യുവാൻ ഉണ്ടാവില്ല. അതുകൊണ്ട് ഊർജ്ജം മുഴുവനും മനസ്സിന് ലഭ്യമായിരിക്കും.

സന്യാസി മഠങ്ങളിൽ, മരുഭൂമികളിൽ, പർവ്വതങ്ങളിൽ മനസ്സ് അങ്ങാടിയിലേതിനേക്കാൾ, സാധാരണ ജീവിതത്തിലേതിനേക്കാൾ താൻപ്രമാണി ആധിപത്യത്തിലായിരിക്കും.

നിശ്ശബ്ദനായിരിക്കുവാൻ ഇഷ്ടപ്പെടുന്ന ആളുകളുണ്ടായിരിക്കും. എന്നാൽ കേവലം ഇഷ്ടം മാത്രം പോരാ - കേവലം പ്രണയമാണ് വേണ്ടത്. ഇഷ്ടം തണുപ്പനാണ്. അത് അൽപ്പസ്വൽപ്പമാണ്, പ്രണയമെന്നാൽ നിങ്ങൾ ആവേശപൂർവ്വം ഇഴുകിച്ചേർന്നിരിക്കും. പ്രണയമെന്നാൽ അതൊരു ജീവന്മരണപ്രശ്നമാണെന്നർത്ഥം. പ്രണയമെന്നാൽ തീവ്രത, സമ്പൂർണ്ണത എന്നർത്ഥം.

ജീവിതത്തിലെ മഹത്തായ പാരിതോഷികങ്ങ

ളെല്ലാം -അത് നിശ്ശബ്ദതയായാലും, സ്വാതന്ത്ര്യമായാലും, സത്യമായാലും, അതെന്തുതന്നെയായാലും - എന്തെങ്കിലും ഒന്നിലേക്ക് സമ്പൂർണ്ണമായി എടുത്തു ചാടുവാൻ സന്നദ്ധരായവർക്ക് മാത്രമുള്ളതാണ്. പരമമായ മൂല്യങ്ങളെല്ലാം നിങ്ങളൊരു പ്രണയിതാവായിരിക്കണമെന്ന് ആവശ്യപ്പെടുന്നു.

## പ്രദോഷമനനം

അസ്തിത്വത്തിന് കാഴ്ചവെയ്ക്കുവാനായി നമ്മുടെ കൈവശം ഒന്നുമില്ല. എന്നാൽ നമുക്ക് പാഠാം, നൃത്തം ചെയ്യാം, ഏതെങ്കിലും സുന്ദരമായ ഒരു സംഗീതോപകരണം വായിക്കാം. നമ്മുടെ ജീവിതത്തെ മുഴുവൻ തന്നെയും ഒരു ഗാനമായി, ഒരു നൃത്തമായി, ഒരു ഉൽസവമായി പരിവർത്തിപ്പിക്കാം – അതാണ് അസ്തിത്വത്തിന് മുമ്പിൽ വെക്കുവാൻ കഴിയുന്ന സത്യസന്ധമായ ഒരേയൊരു കാണിക്ക. ചെടികളിൽ നിന്ന് പൂക്കൾ ഇറുത്തുകൊണ്ടുവന്ന് അസ്തിത്വത്തിന് മുമ്പിൽ സമർപ്പിക്കുന്നത് മണ്ടത്തരമാണ്, കാരണം ആ പൂക്കൾ ചെടികളുടേതാണ്, വൃക്ഷങ്ങളുടേതാണ്, നിങ്ങളുടേതല്ല. വാസ്തവത്തിൽ അവ ഇപ്പോൾ തന്നെ വൃക്ഷത്താൽ അസ്തിത്വത്തിന് കാഴ്ച വെച്ചു കഴിഞ്ഞിരിക്കുന്നു. വൃക്ഷത്തിൽ അവ ജീവനുള്ളതായിരുന്നു, നിങ്ങളവയെ കൊന്നുകഴിഞ്ഞു, നിങ്ങളവയുടെ സൗന്ദര്യം നശിപ്പിച്ചു കഴിഞ്ഞു. നിങ്ങൾ അസ്തിത്വത്തിന് നൽകുന്നത് അവയുടെ ശവശരീരങ്ങളാണ്.

നിങ്ങൾക്ക് യേശുവിന്റെ വാക്കുകളെ അസ്തിത്വത്തിന് സമർപ്പിക്കുവാൻ കഴിയില്ല. അവ അദ്ദേഹത്തിന്റെ വാക്കുകളാണ്, അദ്ദേഹത്തിന്റെ ഗാനങ്ങൾ. അവ മനോഹരം തന്നെ, എന്നാൽ കടം കൊള്ളപ്പെട്ടവയാണവ. അവ നിങ്ങളുടെ ഹൃദയത്തിൽ ഉയർന്നുവന്നതല്ല, അവയ്ക്ക് നിങ്ങളുടെ ഹൃദയസ്പന്ദനമില്ല, അവയ്ക്കുമേൽ നിങ്ങളുടെ കൈയ്യൊപ്പില്ല. നിങ്ങൾക്ക് മനോഹരമായ ഗാനങ്ങൾ കൃഷ്ണന്റെ മുന്നിലും ബുദ്ധന്റെ മുന്നിലും കാഴ്ചവെയ്ക്കുവാൻ കഴിഞ്ഞേക്കാം. എന്നാൽ അവ കടം കൊള്ളപ്പെട്ടവയാണ്.

അസ്തിത്വത്തിന് നേരെയുള്ള എന്റെ അടിസ്ഥാനസമീപനം എന്തെന്നാൽ, ഓരോ വ്യക്തിയും തന്റെ അവബോധത്തെ ഒരു പുഷ്പീകരിക്കുന്ന വൃക്ഷമായി

വളർത്തേണ്ടതുണ്ട്. ഓരോ വ്യക്തിയും ഒരുതരം പ്രഫുല്ലനത്തിലേക്ക് എത്തിച്ചേരേണ്ടതുണ്ട്. പക്ഷെ തീർച്ചയായും മനുഷ്യന്റെ പുഷ്പങ്ങൾ വൃക്ഷങ്ങളിലെ പുഷ്പങ്ങൾ പോലെ ആയിരിക്കുകയില്ല. അവ പനിനീർപ്പൂകളെയോ താമരപ്പൂക്കളെയോ ചെട്ടിപ്പൂക്കളെയോ പോലെ ആയിരിക്കുകയില്ല. മനുഷ്യന്റെ പുഷ്പങ്ങൾ പ്രേമത്തിന്റേതായിരിക്കും, സ്വാതന്ത്ര്യത്തിന്റേതായിരിക്കും, ആഹ്ലാദത്തിന്റേതായിരിക്കും, അവ ഒരു ഉയർന്നതരം ഗുണവൈശിഷ്ട്യമുള്ളവയായിരിക്കും. ഞാനവയെ ഗാനങ്ങൾ എന്നു വിളിക്കുന്നു. ഒരു ഗായകൻ അവന്റെ സംഗീതത്തിൽ ഇല്ലാതാകുമ്പോൾ, ആ നിമിഷത്തിൽ അയാൾ അയാളുടെ സംഗീതം അസ്തിത്വത്തിന് സമർപ്പിച്ചിരിക്കുന്നു. നിങ്ങൾ നിങ്ങളുടെ ആഹ്ലാദം, നിങ്ങളുടെ പ്രേമം, നിങ്ങളുടെ സംഗീതം അസ്തിത്വത്തിന് സമർപ്പിക്കുവാൻ തുടങ്ങുമ്പോൾ നിങ്ങൾ അത്ഭുതപ്പെട്ടുപോകും: നിങ്ങൾ എത്രകണ്ട് സമർപ്പണം ചെയ്യുന്നുവോ അത്രകണ്ട് നിങ്ങളിലേക്ക് വർഷിക്കപ്പെട്ടുകൊണ്ടുമിരിക്കും; ആയിരം മടങ്ങായി ആ കാണിക്കകൾ തിരിച്ചു വരുന്നു.

## പ്രഭാതമനനം

വിപ്ലവം രാഷ്ട്രീയമാണ്, കലാപം ആദ്ധ്യാത്മികവും. വിപ്ലവത്തിന് ആൾക്കൂട്ടത്തിനെ ആവശ്യമുണ്ട്, കലാപം വൈയക്തികമാണ്. എല്ലാ വിപ്ലവങ്ങളും ഒന്നൊഴിയാതെ പരാജയപ്പെടുകയും ചെയ്തിരിക്കുന്നു. കാരണമെന്തെന്നാൽ ആൾക്കൂട്ടം അബോധമാകുന്നു.

ആൾക്കൂട്ടത്തിന് ഏറ്റവും താഴ്ന്ന ധിഷണാശക്തിയേയുള്ളൂ. ഏറ്റവും താഴ്ന്ന ധിഷണയിൽ നിന്ന് നന്മയെന്തെങ്കിലും ഉയർന്നു വരുന്നതെങ്ങനെ? തീർച്ചയായും പ്രതികാരം ചെയ്യുവാനതിന് കഴിയും: സാർമാരെ കൊല്ലുവാൻ, രാജാക്കന്മാരെ കൊന്നൊടുക്കുവാൻ അതിന് കഴിയുന്നു. സ്വത്തുക്കൾ നശിപ്പിക്കുവാൻ അതിന് കഴിയുന്നു. അത് ഭരണകൂടങ്ങളെ മാറ്റുന്നു. എന്നാൽ ആളുകൾ തികച്ചും അബോധവാന്മാരാണ്. അവർ എന്തു ചെയ്താലും അത് ആത്യന്തികമായി പരാജയമാകുവാനേ സാധിക്കൂ. ഫ്രഞ്ച് വിപ്ലവം പരാജയപ്പെട്ടു, റഷ്യൻ വിപ്ലവം പരാജയപ്പെട്ടു, ചൈനീസ് വിപ്ലവം പരാജയപ്പെട്ടു, എല്ലാ വിപ്ലവങ്ങളും പരാജയപ്പെട്ടിരിക്കുന്നു.

കലാപം എപ്പോഴും വിജയിയായിത്തീർന്നിട്ടുണ്ട്, അത് വൈയക്തികമാണ്. ഒരു യേശു കലാപകാരിയാണ്, ഒരു ബുദ്ധൻ കലാപകാരിയാണ്, ഒരു ലാവോത്സു കലാപകാരിയാണ്. നമുക്ക് ലോകത്തിൽ കൂടുതൽ കലാപകാരികളെ ആവശ്യമുണ്ട്, കുറച്ച് വിപ്ലവകാരികളെയും. ഞാൻ കലാപം പഠിപ്പിക്കുന്നു. കലാപം മനോഹരമാണ്, വിപ്ലവം വൃത്തികെട്ടതും. വിപ്ലവം ഹിംസാത്മകമാണ്, കലാപം അഹിംസാത്മകവും. കലാപത്തിന് ബാഹ്യലോകവുമായി ഒരു ബന്ധവുമില്ല, എങ്കിലും അത് പുറംലോകത്തെ പരിവർത്തി

പ്പിക്കുന്നുണ്ട്. കാരണം ഒരിക്കൽ ആന്തരികം മാറിക്കഴിഞ്ഞാൽ അത് ബാഹ്യലോകത്തിലും പല കാര്യങ്ങളും തട്ടിയിളക്കുവാൻ തുടങ്ങുന്നു. എന്നാൽ അത് നമ്മുടെ ഉദ്ദേശ്യമല്ല; അത് സംഭവിക്കുന്നത് ഒരു ഉപോൽപ്പന്നമായിട്ടാണ്. ഒരൊറ്റ മനുഷ്യനെങ്കിലും മാറുകയാണെങ്കിൽ, ഒരു ആയിരത്തൊന്നുപേരുടെ മാറ്റത്തിനത് വഴിതെളിയിക്കും. അവനുമായി ബന്ധപ്പെടുന്ന ഏതൊരാളും ഒരുതരത്തിലല്ലെങ്കിൽ മറ്റൊരു തരത്തിൽ പരിവർത്തനപ്പെടാതെ തരമില്ല. അവന്റെ സത്തയിലേക്കും ഒരു വിത്ത് വീഴാതെയിരിക്കില്ല.

അതിനാൽ, ഒരു രീതിയിൽ, ഒരു മഹാവിപ്ലവത്തിന് ഞാൻ തയ്യാറെടുത്തു കൊണ്ടിരിക്കുകയാണ്, എന്നാൽ അത് വിപ്ലവത്തിലൂടെയല്ല - കലാപത്തിലൂടെ, വൈയക്തികമായ പരിവർത്തനത്തിലൂടെ.

# 6

## പ്രദോഷമനനം

എല്ലാ കാര്യങ്ങളും വളരെ ആഴത്തിലുള്ള ഒരു സ്വരച്ചേർച്ചയിലാണ് നടന്നുകൊണ്ടിരിക്കുന്നത്. എന്നാൽ മനുഷ്യൻ അതിനെക്കുറിച്ച് അബോധവാനായിരിക്കുന്നു. ആ അബോധം അവന്റെ ദുഃഖമായിത്തീരുന്നു. സ്വയം കെട്ടിച്ചമച്ച ദുഃസ്വപ്നങ്ങളിൽ കൂടി അവൻ പീഡനം അനുഭവിക്കുവാൻ തുടങ്ങുന്നു. അല്ലെങ്കിൽ ജീവിതം ഒരു ആഘോഷമാകുന്നു, നിരന്തരമായ ഒരു ആഘോഷം, ഒരു അനുസ്യൂതി, അന്തമില്ലാത്ത ഒരാഘോഷം. അത് കേൾക്കുവാൻ കഴിയണമെങ്കിൽ നമ്മൾ കേവലം ഒരൽപ്പംകൂടി നിശ്ശബ്ദനായിത്തീരണം. അങ്ങനെ നമ്മൾ തികച്ചും നിശ്ശബ്ദരായി കഴിയുമ്പോൾ, നമ്മൾ നിശ്ശബ്ദത തന്നെയായിത്തീരുമ്പോൾ - അപ്പോൾ നാം അപ്രത്യക്ഷരാകുന്നു, അപ്പോൾ നമ്മളെല്ലാം ഈ സംഗീതസ്വരലയത്തിന്റെ ഭാഗമായിത്തീരുന്നു. അത് മനുഷ്യന്റെ അസ്തിത്വവുമായുള്ള സമാഗമമാകുന്നു, അംശത്തിന്റെ പൂർണ്ണതയുമായുള്ള സമാഗമമാകുന്നു.

ഒരർത്ഥത്തിൽ നാം അപ്രത്യക്ഷരാകുന്നു, നാം വിലയം പ്രാപിക്കുന്നു - ഒരു വ്യക്തി എന്ന നിലയിൽ, ഒരു അഹംബോധമെന്ന നിലയിൽ - എന്നാൽ നാം പൂർണ്ണതയായി തീരുന്നു, അതിനാൽ മറ്റൊരർത്ഥത്തിൽ നമ്മൾ ഉണ്ട്. ആദ്യമായി മഞ്ഞുതുള്ളി അപ്രത്യക്ഷമാകുന്നു, എന്നാലത് സമുദ്രമായിത്തീരുന്നു. അതിന് നഷ്ടമുണ്ടാകുന്നില്ല, അതിനതിന്റെ കൊച്ചു അതിർവരമ്പുകൾ മാത്രമാണ് നഷ്ടമാകുന്നത്. അത് സൂക്ഷിക്കുവാൻ മാത്രം കൊള്ളാവുന്നതായിരുന്നില്ല. വാസ്തവത്തിൽ അവയായിരുന്നു അതിന്റെ ബുദ്ധിമുട്ടുകളെല്ലാം ഉണ്ടാക്കിയിരുന്നത്: ഭയം, ആ വിറയൽ, സൂര്യൻ ഉദിക്കുകയും താൻ ഉരുകിത്തീരുകയും ചെയ്യുമെന്ന നിരന്തരമായ ഭയം, അത് മരിക്കും എന്ന ഭയം.....

നമ്മുടെ അതിരുകളെല്ലാം വാസ്തവത്തിൽ മരണം വരച്ചിടുന്നവയാണ്; നമ്മൾ നിർണ്ണയിക്കപ്പെടുന്നത് നമ്മുടെ മരണത്താലാണ്. നമ്മുടെ അതിർവരമ്പുകൾ നമുക്ക് നഷ്ടമാകുന്ന നിമിഷം, നമ്മുടെ മരണവും നമുക്ക് നഷ്ടമാകുന്നു. അതിനുശേഷം നാം നിത്യമാണ്, അതിനുശേഷം നാം അതിരുകളില്ലാത്തതാണ്.

ഓർക്കുക, സദാ സമയവും അവിടെ ഉണ്ടായിക്കൊണ്ടിരിക്കുന്ന ആ മഹാസംഗീതത്തെക്കുറിച്ച് കൂടുതൽ കൂടുതൽ ബോധവാനായിത്തീരുന്നുണ്ടെങ്കിൽ, നിങ്ങളുടെ ധ്യാനം വിജയിച്ചുകൊണ്ടിരിക്കുന്നു - അതിന് സഹഭാവപൂർണ്ണമായ ഒരു കാതു മാത്രമേ ആവശ്യമുള്ളൂ. ധ്യാനം ആ കാത് സൃഷ്ടിക്കുന്നു, ആ ഹൃദയം സൃഷ്ടിക്കുന്നു.

## പ്രഭാതമനനം

ബൈബിളുകൾ, ഖുറാനുകൾ, വേദങ്ങൾ യഥാർത്ഥമതങ്ങളല്ല. കാരണം അവ വെറും വാക്കുകളാണ്. നിശ്ചയമായും മോസസ്സിന് മതമുണ്ട്, ജീസസ്സിന് മതമുണ്ട്, വേദങ്ങളിലെ ദാർശനികർ മതത്തിന്റെ രുചിയറിഞ്ഞവരാണ്, കാരണം അവർ നിശ്ശബ്ദരായ ആളുകളായിരുന്നു- എന്നാൽ നിങ്ങളുടെ നിശ്ശബ്ദതയെ നിങ്ങൾ വിനിമയം ചെയ്യുന്ന നിമിഷം അത് വാക്കുകളായിത്തീരുകയും എല്ലാ അർത്ഥവും നഷ്ടമാവുകയും ചെയ്യുന്നു.

നിശ്ശബ്ദത വിനിമയം ചെയ്യപ്പെടാവുന്നതല്ല, ഭാഷയിലൂടെ അത് വിനിമയം ചെയ്യുക സാധ്യമേയല്ല. അതേ, വിനിമയത്തിനുള്ള ഒരു മാർഗ്ഗമുണ്ട് - അതാണ് സന്യാസം എന്നു പറയുന്നതിന്റെ എല്ലാം. നേരത്തെ നിശ്ശബ്ദനായിത്തീർന്നിട്ടുള്ള ഏതെങ്കിലുമൊരുവനുമായി സ്വരച്ചേർച്ചയിലെത്തുന്നത് നിങ്ങളെയും നിശ്ശബ്ദനാക്കുന്നു. കേവലം ഒരു ഗുരുവുമായി സ്വരച്ചേർച്ചയിലെത്തിച്ചേരുന്നതിലൂടെ, ശിഷ്യനും അതു തന്നെയായിത്തീരാൻ തുടങ്ങുന്നു. ഗുരുവിന്റെ അരികിൽ യാതൊന്നും ചെയ്യാതെ കേവലം ഇരിക്കുക മാത്രം ചെയ്യുന്നതിലൂടെ ഒരുവൻ ആ ആത്മാവിനെ ആവാഹിക്കുവാൻ തുടങ്ങുന്നു. യാതൊന്നും പറയപ്പെടുന്നില്ല, യാതൊന്നും കേൾക്കപ്പെടുന്നില്ല, എന്നാൽ ആ ജ്വാല കൈമാറ്റം ചെയ്യപ്പെടുന്നു.

യഥാർത്ഥമതം എപ്പോഴും വാക്കുകൾക്കതീതമായ, തത്വചിന്തകൾക്കതീതമായ ഒരു പ്രക്ഷേപണമാകുന്നു. അതിനാൽ യഥാർത്ഥമതം ബോധപ്രാപ്തനായ, ജാഗരണം പ്രാപിച്ച, ഒരു ഗുരുവിനോടൊപ്പം മാത്രമേ അനുഭവിക്കുവാൻ കഴിയൂ. ഒരു യേശുവിനോടൊപ്പം, ഒരു ബുദ്ധനോടൊപ്പം, ഒരു സരതുഷ്ട്രനോടൊപ്പം, ഒരു ലാവോത്സുവിനോടൊപ്പം നിങ്ങൾക്കതനുഭവിക്കാം, പക്ഷെ അവരുടെ വാക്കു

കളിലൂടെയല്ല. ആ വാക്കുകൾ ബുദ്ധന്റെ തന്നെയാണെങ്കിലും, എങ്കിൽ പോലും, എന്തെങ്കിലും ഒരു കാര്യം പറയപ്പെടുന്ന നിമിഷം - പറയപ്പെടാൻ കഴിയാത്ത ഒരു കാര്യത്തെക്കുറിച്ച് പറയപ്പെടുന്ന നിമിഷം - അത് തെറ്റായിത്തീരുന്നു. ഒരു ആധികാരികനായ, ജീവിച്ചിരിക്കുന്ന ഒരു ഗുരുവുമായി ആത്മീയ സമാഗമത്തിൽ നിങ്ങളെത്തിച്ചേരേണ്ടതുണ്ട്.

ആധികാരികനായ, സജീവനായ ഗുരുവിന്റെ നിർവ്വചനം അദ്ദേഹമെപ്പോഴും കലാപകാരിയാണ്, ഒരിക്കലും പാരമ്പര്യനിഷ്ഠനല്ല എന്നത്രേ. അതുകൊണ്ട് അതൊരടയാള രേഖയായിത്തീരുന്നു. ഒരു സാമ്പ്രദായിക സന്യാസിയെ കണ്ടാൽ മനസ്സിലാക്കുക, അയാൾ വെറും വാചാടോപകാരനാണ്.അല്ലെങ്കിലയാൾക്ക് പാരമ്പര്യവാദിയാകുവാൻ കഴിയില്ല. കലാപമാണ് യഥാർത്ഥഗുരുവിന്റെ ആത്മാവ് - തികഞ്ഞ കലാപം.

നിശ്ശബ്ദതയിൽ ജീവിക്കുന്ന ഒരാളുടെ ശിഷ്യനായിത്തീരലാണ് മതത്തെ രുചിച്ചറിയുവാനുള്ള, മതത്തിന്റെ ആദ്യദർശനം ലഭിക്കുവാനുള്ള ഏക മാർഗ്ഗം. അതിനുശേഷം തീർച്ചയായും നിങ്ങൾക്ക്

സ്വന്തം ഉള്ളിൽ അന്വേഷണമാരംഭിക്കാം. എന്നാൽ ആ ആദ്യകിരണം, ആ ആദ്യഇടി, നിങ്ങളെ ഉണർത്തുന്ന ആദ്യത്തെ ഞെട്ടൽ, അത് ഗുരുവിൽ നിന്ന് തന്നെ വരണം, അല്ലാത്തപക്ഷം നിങ്ങൾക്ക് ജന്മങ്ങളോളം ഉറക്കത്തിൽ തന്നെ തുടരാം.

അതിനാൽ ജീവിച്ചിരിക്കുന്ന ഒരു നിശ്ശബ്ദതയെ കണ്ടെത്തുവാൻ കഴിയുമ്പോഴൊക്കെയും അതിൽ നിന്ന് പാനം ചെയ്യുക. അതിനെ പാനം ചെയ്യുവാനുള്ള ഒരേയൊരു സാധ്യത നിങ്ങളുടെ മനസ്സിനെ മാറ്റിവെയ്ക്കലാണ്, എന്തുകൊണ്ടെന്നാൽ നിശ്ശബ്ദതയുമായി വാദിക്കുവാൻ നിങ്ങൾക്കാവില്ല. ഒന്നുകിൽ നിങ്ങളതുമായി ആഗാധമായൊരു ഏകീഭാവത്തിൽ വീഴുന്നു. അല്ലെങ്കിൽ നിങ്ങൾക്കത് മനസ്സിലാക്കാൻ കഴിയാതെ വരുന്നു. വാക്കുതർക്കത്തിന്റെ ചോദ്യമുദിക്കുന്നില്ല. അത് തെളിയിക്കപ്പെടാനാവില്ല. അതിനെതിരായും തെളിവ് നിരത്താനാവില്ല. അതിന്റെ കാര്യത്തിൽ യുക്തി തികച്ചും അശക്തമാണ്.

അതൊരു പ്രണയത്തിന്റെ പ്രശ്നമാണ്, യുക്തിയുടേതല്ല...... ഹൃദയത്തെ സംബന്ധിച്ച ചോദ്യം, തലയെ സംബന്ധിച്ചതല്ല.

## പ്രദോഷമനനം

നമ്മുടെ ജീവിതം ജീവിതമെന്നു വിളിക്കപ്പെടുവാൻ യോഗ്യമല്ല. ജീവിതമാരംഭിക്കുന്നത് നിങ്ങൾ മരണത്തിനപ്പുറമുള്ള മാനത്തിൽ സഞ്ചരിക്കാൻ തുടങ്ങുമ്പോഴാണ്. അതിന് വേണ്ടിയുള്ളതാണ് ധ്യാനം: മരണത്തിനപ്പുറം പോകുവാനുള്ള ഒരു വിദ്യ, ഒരു ഗോവണി, ഒരു തന്ത്രം. കേവലം അതീതത്തിന്റെ ഒരു ക്ഷണികദർശനം മാത്രം മതി, അപ്പോൾ നിങ്ങളറിയുന്നു, ശരീരം മാത്രമാണ് മരിക്കുവാൻ പോകുന്നത്, നിങ്ങളല്ല, ശരീരമാണ് ജനിച്ചത്, നിങ്ങളല്ല. ജനനത്തിനു മുമ്പു തന്നെ നിങ്ങളിവിടെയുണ്ടായിരുന്നു, മരണശേഷവും നിങ്ങളിവിടെയുണ്ടായിരിക്കും. നിങ്ങൾ നിത്യതയുടെ ഭാഗമാണ്. ഒരുവൻ ഇതനുഭവിക്കുമ്പോൾ, ജീവിതം ആനന്ദപൂർണ്ണമായിത്തീരുന്നു. ആ ആനന്ദപൂർണ്ണതയിൽ അസ്തിത്വം തന്നെ അനുഗ്രഹിച്ചിരിക്കുന്നതായി ഒരുവനനുഭവവേദ്യമാകുന്നു. അപ്പോൾ സഹജമായി, സ്വാഭാവികമായി, കൃതജ്ഞത ഉയർന്നു വരുന്നു. ആ കൃതജ്ഞതയെയാണ് ഞാൻ പ്രാർത്ഥനയെന്നു വിളിക്കുന്നത്. മറ്റ് പ്രാർത്ഥനകളെല്ലാം വഞ്ചനാത്മകമാണ്. യഥാർത്ഥ പ്രാർത്ഥന ഉയർന്നുവരുന്നത് നിങ്ങൾ പരമാനന്ദവും അതിന്റെ അനുഗ്രഹാശിസ്സുകളും അനുഭവിച്ചു കഴിയുമ്പോൾ മാത്രമാണ്. അപ്പോൾ സ്വാഭാവികമായും നിങ്ങൾ നന്ദിയുള്ളവനായിരിക്കേണ്ടതുണ്ട്, അസ്തിത്വത്തിനു മുമ്പിൽ തലകുനിക്കേണ്ടതുണ്ട്. നിങ്ങൾക്ക് തോന്നുന്നു, എന്തൊരു വരദാനമാണ് നിങ്ങൾക്ക് നൽകപ്പെട്ടിരിക്കുന്നതെന്ന്– നിങ്ങളതാവശ്യപ്പെട്ടിട്ടില്ലതാനും, നിങ്ങളത് അർഹിക്കുന്നുപോലുമില്ല. ആരും അതർഹിക്കുന്നില്ല, ആരും അതിനു യോഗ്യരുമല്ല, എന്നാൽ അസ്തിത്വം അതിന്റെ സമൃദ്ധിയിൽ നിന്ന് നൽകിക്കൊണ്ടേയിരിക്കുന്നു.

# 8

## പ്രഭാതമനനം

ചരിത്രം നിറയെ മഹാരാജാക്കന്മാരും ഭരണാധികാരികളുമാണ്: എന്നാൽ അത്രയൊന്നും ബുദ്ധന്മാരെ, ജാഗരണം പ്രാപിച്ച ആളുകളെ അതിൽ കാണാനാവില്ല. ജാഗരണം പ്രാപിച്ചവരെ നിങ്ങളുടെ വിരലുകളിൽ എണ്ണാവുന്നതേയുള്ളു. അതിനുള്ള ലളിതമായ കാരണം ഇതാണ്: അവർ നീങ്ങിയത് അടിസ്ഥാനപരമായ പരിവർത്തനം ആവശ്യമുള്ള ഒരു ദിശയിലാണ്: അബോധത്തിൽ നിന്ന് അവബോധത്തിലേക്ക്. നിങ്ങളുടെ അബോധത്തെ അവബോധമായി പരിവർത്തിപ്പിക്കേണ്ടുണ്ട്. അബോധത്തിന്റെ ഒരു കണികപോലും ഉള്ളിൽ അവശേഷിക്കാതിരിക്കുമ്പോൾ, നിങ്ങൾ നിറയെ പ്രകാശമായിക്കഴിയുമ്പോൾ, നിങ്ങളൊരു ഗുരുവായിത്തീർന്നിരിക്കുന്നു, ഒരു യഥാർത്ഥ ഗുരു.

# 8

## പ്രദോഷമനനം

പ്രാർത്ഥന ഒരു പുഷ്പം പോലെയാണ്. പൂക്കൾ വിരിയുന്ന വസന്തം പോലെയാണ് പരമാനന്ദം. പൂക്കൾ വിരിയുമ്പോൾ സുഗന്ധം ഉണ്ടാകുന്നു; ഉള്ളിലൊതുക്കപ്പെട്ട സൗരഭ്യം പുറത്തേക്ക് വമിക്കുന്നു. സ്വാഭാവികമായി, യാതൊരു പരിശ്രമവും കൂടാതെ, നൈസർഗ്ഗികമായി, നിങ്ങൾ കേവലം കൃതജ്ഞരായിരിക്കുക മാത്രം ചെയ്യുമ്പോൾ, പ്രാർത്ഥന നിറഞ്ഞു കവിഞ്ഞൊഴുകാൻ തുടങ്ങുമ്പോൾ - പ്രത്യേകിച്ചൊരു കാരണവും കൂടാതെ കേവലം വർത്തിക്കുക മാത്രം, ഒരൊറ്റ നിമിഷത്തേക്ക് കേവലം നിലനിൽക്കുക മാത്രം മതിയാകും...... ആ സുഗന്ധം പുറത്തേക്ക് വരുന്നു.

ആ സൗരഭ്യം സാക്ഷാൽക്കരിക്കലാണ് നിങ്ങളുടെ ജീവിതത്തിന്റെ ഉച്ചകോടി, ആ പരമോന്നത ശൃംഗത്തിൽ എത്തിച്ചേരൽ. അവിടെ സാഫല്യമുണ്ട്, പരമോന്നത സംതൃപ്തിയുണ്ട്. ഒരുവൻ സ്വഭവനത്തിൽ എത്തിച്ചേർന്നു കഴിഞ്ഞു.

## പ്രഭാതമനനം

ഒരിക്കൽ നിങ്ങൾ ബോധവാന്മാരായി കഴിഞ്ഞാൽ പിന്നെ നിങ്ങളുടെ പാതയിൽ പനിനീർപ്പൂക്കൾ മാത്രമേയുള്ളൂ. ജീവിതം ഒരു പനിനീർ ശയ്യയല്ല എന്ന പഴഞ്ചൊല്ല് ഭാഷയിലേക്ക് കൂട്ടിച്ചേർത്ത വ്യക്തി അബോധവാനായിരുന്നിരിക്കണം, അവബോധമില്ലാത്തവൻ. കാരണം, ജാഗരണം പ്രാപിച്ചവരെല്ലാം നേർവിപരീതമാണ് പറയുന്നത്; ജീവിതം ഒരു പനിനീർശയ്യയാകുന്നു. ഒരുവൻ ആകപ്പാടെ ചെയ്യേണ്ടതായിട്ടുള്ളത് ഉള്ളിന്റെയുള്ളിലെ ഗിയർ അബോധത്തിൽ നിന്ന് ബോധത്തിലേക്ക് മാറ്റുക മാത്രമാണ്.

ആ പ്രക്രിയയാകട്ടെ വളരെ ലളിതവുമാണ്. അതിനേക്കാൾ ലളിതമായി ഒന്നും സാദ്ധ്യമല്ല. വാസ്തവത്തിൽ അതത്രയും ലളിതമായതുമൂലമാണ് ആളുകൾക്കത് നഷ്ടപ്പെട്ടു കൊണ്ടിരിക്കുന്നത് - അഹംബോധത്തിന് യാതൊരു വെല്ലുവിളിയുമില്ല. അഹംബോധത്തിനെപ്പോഴും പ്രയാസകരമായ വല്ലതിലുമാണ് താൽപ്പര്യം. അഹംബോധത്തിന്റെ താൽപ്പര്യം ചന്ദ്രനിലേക്ക് പോകുന്നതിൽ, ചൊവ്വയിലേക്ക് പോകുന്നതിലൊക്കെയാണ്. സ്വന്തം ഉള്ളിലേക്ക് പോകുന്നതിൽ അതിന് താൽപ്പര്യമില്ല.

ആ പ്രക്രിയ ലളിതമായൊരു സൂത്രവാക്യത്തിലേക്ക് ചുരുക്കാം: നിങ്ങൾ എന്തുചെയ്യുകയാണെങ്കിലും ജാഗരൂകനായി നിലകൊണ്ട് അതു ചെയ്യുക. നടക്കുകയാണെങ്കിൽ, നിങ്ങളുടെ നടത്തത്തെ നിരീക്ഷിക്കുക; ആഹാരം കഴിക്കുകയാണെങ്കിൽ നിങ്ങളുടെ ആഹാരം കഴിക്കലിനെ നിരീക്ഷിക്കുക - കേവലം യാന്ത്രികമായി ആമാശയം കുത്തിനിറച്ചുകൊണ്ടിരിക്കരുത്. മനസ്സ് മറ്റെവിടെയോ ആണ്, നിങ്ങൾ ഒരായിരം കാര്യങ്ങളെക്കുറിച്ച് ചിന്തിച്ചുകൊണ്ടിരിക്കുന്നു, എന്നാൽ കൈകൾ ഭക്ഷണ സാധന

ങ്ങൾ വായിലേക്ക് കുത്തിനിറക്കുന്നു, വായ അത് ചവച്ചു കൊണ്ടിരിക്കുന്നു. അതൊരു യാന്ത്രികപ്രക്രിയയാണ്. നിങ്ങൾ എന്താണ് ചെയ്തുകൊണ്ടിരിക്കുന്നതെന്നതിനെക്കുറിച്ച് നിങ്ങൾ അബോധവാനാണ്.

നിങ്ങൾ സമ്പൂർണ്ണമായും തന്നിമിഷത്തത്തിലാണെങ്കിൽ, അപ്പോൾ മാത്രമേ നിങ്ങൾക്ക് ബോധവാനാകുവാൻ കഴിയൂ. അതിനാൽ ആഹാരം കഴിക്കുമ്പോൾ ലോകത്തെ മുഴുവനും മറന്നേക്കുക. ആഹാരം കഴിക്കുമ്പോൾ കേവലം ആഹാരം കഴിക്കുക; നടക്കുമ്പോൾ കേവലം നടക്കുക മാത്രം ചെയ്യുക; ശ്രദ്ധിച്ചിരിക്കുമ്പോൾ കേവലം ശ്രദ്ധിക്കുക മാത്രം ചെയ്യുക; സംസാരിച്ചിരിക്കുമ്പോൾ കേവലം സംസാരിച്ചിരിക്കുകയും സമ്പൂർണ്ണമായും അതിനകത്ത് നിലകൊള്ളുകയും ചെയ്യുക; ജാഗ്രതയോടെ ഓരോ അംഗവിക്ഷേപത്തിലും ശ്രദ്ധാലുവായിക്കൊണ്ട്, ഓരോ സൂക്ഷ്മമായ അർത്ഥധ്വനിയിലും ശ്രദ്ധിച്ചുകൊണ്ട്. അങ്ങനെ പതുക്കെ നിങ്ങൾക്കതിന്റെ പാടവം ലഭിക്കുന്നു.

## പ്രദോഷമനനം

ഉപനിഷത്തുകളിലെ പ്രാചീന ദാർശനികന്മാർക്ക് മനോഹരമായൊരു പ്രാർത്ഥനയുണ്ട്. ഇന്നേവരെ ഉച്ചരിക്കപ്പെട്ട പ്രാർത്ഥനകളിൽ ഏറ്റവും മനോഹരമായ ഒന്ന്. ആ പ്രാർത്ഥന ഇതാണ്: തമസോ മാജ്യോതിർഗമയാ-''ജഗദ്വീശ്വരാ എന്നെ ഇരുട്ടിൽ നിന്ന് വെളിച്ചത്തിലേക്ക് നയിച്ചാലും;'' അസതോ മാ സത് ഗമയാ - ''ജഗദ്വീശ്വരാ എന്നെ അസത്യത്തിൽ നിന്ന് സത്യത്തിലേക്ക് നയിച്ചാലും;'' മൃത്യോർ മാ അമൃതം ഗമയാ- ''ജഗദ്വീശ്വരാ എന്നെ മരണത്തിൽ നിന്നും മരണമില്ലായ്മയിലേക്ക് നയിച്ചാലും.'' ഇത് മനോഹരമായ ഒരു പ്രാർത്ഥനയാണ്. ഏറ്റവും മനോഹരമായ പ്രാർത്ഥന. എന്നാൽ അയ്യായിരം വർഷം കടന്നു പോയിരിക്കുന്നു. അതിനിപ്പോൾ ഒരൽപ്പം പരിഷ്ക്കരണം ആവശ്യമാണെന്നെനിക്ക് തോന്നുന്നു.

''എന്നെ ഇരുട്ടിൽ നിന്ന് വെളിച്ചത്തിലേക്ക് നയിച്ചാലും'' എന്ന് ഞാൻ പറയുകയില്ല. കാരണം ഇരുട്ട് നിലവിലില്ല. ഞാൻ പറയുക, ''എന്നെ വെളിച്ചത്തിൽ നിന്ന് കൂടുതൽ വെളിച്ചത്തിലേക്ക് നയിച്ചാലും'' എന്നാണ്. ''അസത്യത്തിൽ നിന്ന് എന്നെ സത്യത്തിലേക്ക് നയിച്ചാലും'' എന്ന് ഞാൻ പറയുകയില്ല. കാരണം അസത്യം നിലനിൽക്കുന്നില്ല; ഞാൻ പറയുക, ''എന്നെ സത്യത്തിൽ നിന്നും കൂടുതൽ സത്യത്തിലേക്ക് നയിക്കുക'' എന്നാണ്. ''എന്നെ മരണത്തിൽ നിന്ന് മരണമില്ലായ്മയിലേക്ക് നയിക്കുക'' എന്ന് ഞാൻ പറയുകയില്ല. കാരണം, മരണം നിലനിൽക്കുന്നില്ല. ഞാൻ പറയുക, ''എന്നെ മരണമില്ലായ്മയിൽ നിന്ന് കൂടുതൽ മരണമില്ലായ്മയിലേക്ക് നയിക്കുക, ജീവിതത്തിൽ നിന്ന് കൂടുതൽ ഐശ്വര്യപൂർണ്ണമായ ജീവിതത്തിലേക്ക് നയിക്കുക, പൂർണ്ണ

തയിൽ നിന്ന് കൂടുതൽ പൂർണ്ണതയിലേക്ക് നയിക്കുക'' എന്നാണ് - അത് സാധ്യമാണെങ്കിൽ. സാധാരണഗതിയിൽ നാം വിചാരിക്കുന്നത് പൂർണ്ണതയെന്നാൽ ലക്ഷ്യമെന്നാണ്, അന്ത്യമെന്നാണ്. എന്നാൽ ഞാനങ്ങനെ കരുതുന്നില്ല. പൂർണ്ണതയ്ക്ക് കൂടുതൽ പൂർണ്ണമാകുവാൻ കഴിയും. പൂർണ്ണത കൂടുതൽ പൂർണ്ണമായിക്കൊണ്ടേയിരിക്കുന്നു. ഓരോ ഘട്ടത്തിലും അത് പൂർണ്ണമാണ്, എങ്കിലും ആ പൂർണ്ണത ഒരു അടഞ്ഞു പോകലല്ല, അത് തുറന്നിരിക്കുന്നു. അതിനെപ്പോഴും കൂടുതൽ സമ്പന്നമായിത്തീരുവാൻ സാധിക്കുന്നു. അതിനെപ്പോഴും, പുതിയ ഗാനങ്ങളോടുകൂടി, പുതിയ നൃത്തത്തോടുകൂടി, പുതിയ ആഘോഷങ്ങളോടു കൂടി കൂടുതൽ വർണ്ണാഭമാകുവാൻ കഴിയും. പരിണാമത്തിന് യാതൊരു അന്ത്യവുമില്ല.

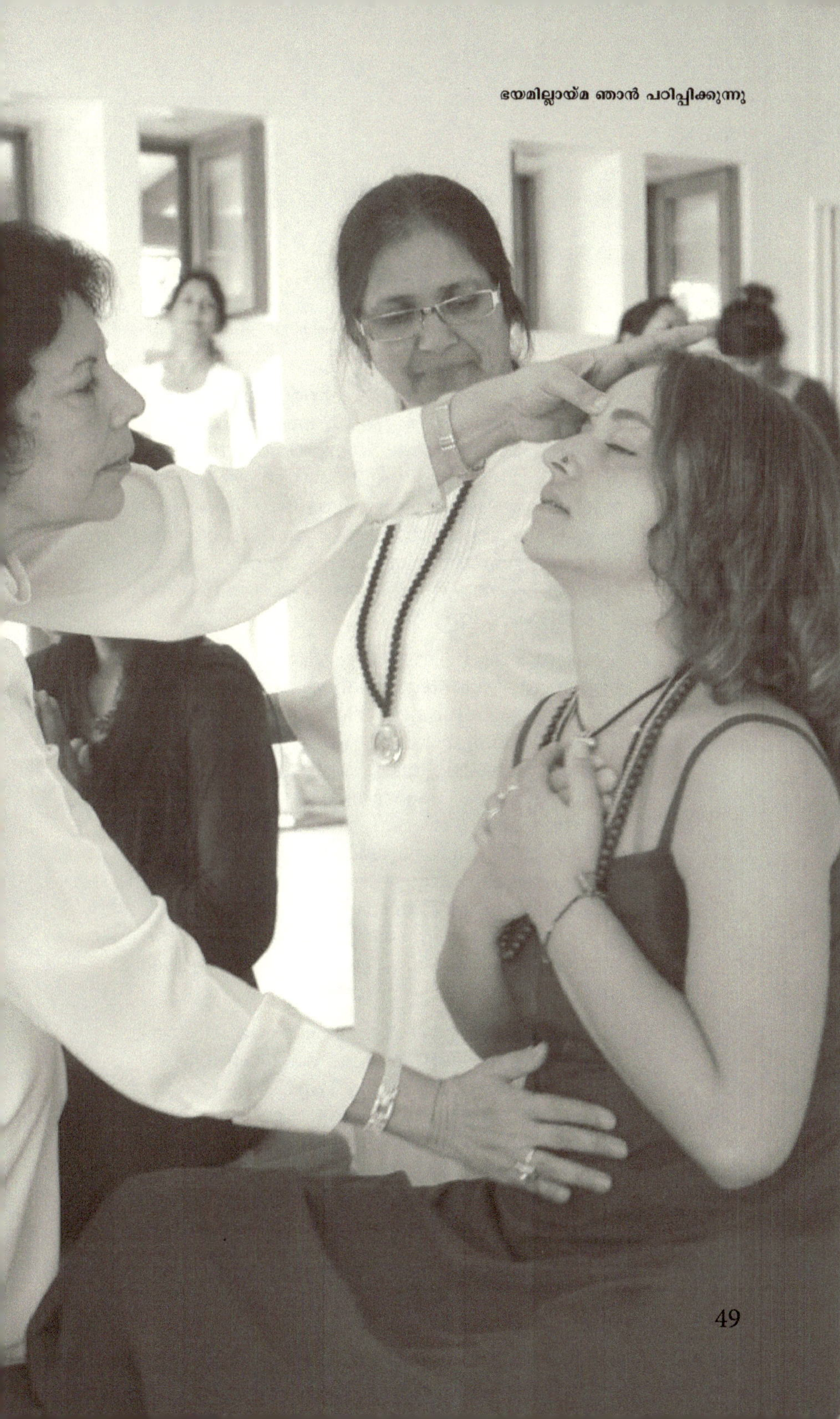

## പ്രഭാതമനനം

സാധാരണയായി നമ്മൾ ഒന്നല്ല, ഒരായിരം കാര്യങ്ങളാണ്. നമ്മൾ പലതാണ്, നാനാജനങ്ങളുടെ ഒരു കൂട്ടം, ഒരു ആൾക്കൂട്ടം. എന്നാൽ ഒരുവൻ ബോധവാനായിത്തീരുന്നതോടുകൂടി പതുക്കെപ്പതുക്കെ ആ ആൾക്കൂട്ടത്തിന്റെ ബഹുത്വം നഷ്ടമായിക്കൊണ്ടിരിക്കുകയും അതൊന്നായിത്തീരുകയും ചെയ്യുന്നു; അതൊരു ഉദ്ഗ്രഥനമായി, ഒരു ഘനീഭവിക്കലായിത്തീരുകയും അപ്പോൾ മഹത്തായ ഒരൈക്യം ഉണ്ടാവുകയും ചെയ്യുന്നു.

ഒരുവൻ ആദ്യം സ്വന്തം ഉള്ളിൽ സ്വരച്ചേർച്ചയുള്ളവനായിത്തീരണം. അതിനുശേഷം അവന് പ്രപഞ്ചവുമായും സ്വരച്ചേർച്ചയിൽ എത്തിച്ചേരുവാൻ കഴിയും. ചന്ദ്രനുമായും സൂര്യനുമായും നക്ഷത്രങ്ങളുമായും വൃക്ഷങ്ങളുമായും പക്ഷികളുമായുമെല്ലാം. അതിവിശാലവും, അനന്തവുമായ, ഈ സമ്പൂർണ്ണ പ്രപഞ്ചവുമായും ഒരുവന്, അതിലേക്കലിഞ്ഞുചേരുവാൻ കഴിയുന്നു. രണ്ടുതരം അലിഞ്ഞുചേരലുണ്ട്. ഒന്ന് നിങ്ങളുടെ സ്വന്തം ആന്തരികതയിൽ, ആദ്യത്തെ ഏകീഭവിക്കൽ; രണ്ടാമത്തേത് സമ്പൂർണ്ണതയുമായുള്ളത്. അതാണ് രണ്ടാമത്തെ ഏകീഭവിക്കൽ. ഈ രണ്ട് ഘട്ടങ്ങളിലൂടെ യാത്ര മുഴുവനും പൂർണ്ണമാകുന്നു.

ആദ്യം നിങ്ങളുമായി ഒന്നായിത്തീരുക, അതിനുശേഷം സമ്പൂർണ്ണതയുമായി ഒന്നായിത്തീരുക - അതിനെയാണ് ഞാൻ വിശുദ്ധി എന്ന് വിളിക്കുന്നത്. ബോധവാനായിത്തീരുക, അതോടെ നിങ്ങളുടെ ജീവിതം ഒരു കവിത തന്നെയായി, സംഗീതം, സ്വരൈക്യം, ഏകീഭാവം, ഏകത്വം തന്നെയായിത്തീരുന്നു. അതു സംഭവിക്കാതിരിക്കാത്തിടത്തോളം ഒരുവൻ ജീവിക്കുന്നത് വൃഥാവിലാണ്. അതങ്ങേയറ്റം നിഷ്ഫലമാണ്.

## പ്രദോഷമനനം

ലോകത്തിൽ രണ്ട് തരത്തിൽപ്പെട്ട ആളുകളാണുള്ളത്. ലഭ്യമായിട്ടുള്ളതിൽ അഭിരമിക്കാതിരിക്കുകയും കൂടുതൽ ആവശ്യപ്പെട്ടു കൊണ്ടിരിക്കുകയും ചെയ്യുന്ന ആളുകളുണ്ട്. അവർ ആവശ്യപ്പെട്ടുകൊണ്ടിരിക്കുന്നതവർക്ക് ലഭ്യമായി കഴിയുമ്പോൾ അവർ പിന്നെയും കൂടുതൽ ആവശ്യപ്പെട്ടു കൊണ്ടിരിക്കും. അവരൊരിക്കലും അതാസ്വദിക്കുവാനും പോകുന്നില്ല. അവരത് ജീവിതകാലം മുഴുവനും നീട്ടിവെച്ചു കൊണ്ടിരിക്കും. അവരുടെ ജീവിതം തന്നെ ഒരു നീണ്ടനീണ്ട നീട്ടിവെയ്ക്കലല്ലാതെ മറ്റൊന്നുമല്ല. അവർക്കെപ്പോഴും അത് നാളെ ആണ്. ഇന്നവർക്ക് പണിയെടുക്കണം, ഇന്നവർക്ക് സമ്പാദിക്കണം, നാളെ അവർ വിശ്രമിക്കുകയും ആസ്വദിക്കുകയും ചെയ്യും. എന്നാൽ നാളെ ഒരിക്കലും വന്നെത്തുന്നില്ല. വന്നെത്തുന്നത് എപ്പോഴും ഇന്ന് തന്നെയാണ്. അതിനാൽ ജീവിതം എന്തെന്നറിയാതെയാണത് എപ്പോഴും ജീവിക്കപ്പെടുന്നത്.

രണ്ടാമത്തെ വിഭാഗം അവർക്കുള്ളതെന്താണോ അതിൽ അഭിരമിക്കുന്നു, കൂടുതലൊന്നിനെക്കുറിച്ചും അവർ ഗൗനിക്കുന്നില്ല. എന്നാൽ ദിവ്യാത്ഭുതം എന്തെന്നാൽ, എല്ലാം ദിവസവും ആസ്വദിക്കാനായി കൂടുതൽക്കൂടുതൽ ഉണ്ടാകുന്നു. അഭിരമിക്കുവാനുള്ള അവരുടെ ശേഷി വർദ്ധിക്കുന്നു, അവർ നിരന്തരം അത് പരിശീലിച്ചു കൊണ്ടിരിക്കുകയാണ്. ഓരോ നിമിഷത്തിലും അവർ അഭിരമിക്കുന്നു. അവർ അഭിരമിക്കലിൽ കൂടുതൽക്കൂടുതൽ വിദഗ്ദ്ധരായിത്തീരുന്നു. അവർ ആനന്ദാഭിജ്ഞന്മാർ ആയിത്തീരുന്നു. അവർ ആനന്ദാഭിരാമത്തിന്റെ കൊച്ചുകൊച്ചു വ്യവക്ഷേപങ്ങളെക്കുറിച്ച് സംവേദിയായിത്തീരുന്നു. അവരുടെ ഇന്ദ്രിയങ്ങളെല്ലാം ജീവത്തായിത്തീരുന്നു, അവർ അത്യധികം ധിഷണാശാലികളായിത്തീരുന്നു.

ഈ ധിഷണയിൽ നിന്നു കൊണ്ട്, ഈ അവബോധത്തിൽ, സംവേദകത്വത്തിൽ നിന്നു കൊണ്ട് അടുത്തനിമിഷം പിറക്കപ്പെടുന്നു. തീർച്ചയായും ഈ നിമിഷത്തിൽ അഭിരമിച്ചതിനേക്കാളുപരി അടുത്ത നിമിഷത്തിലും അഭിരമിക്കുവാൻ അവർക്ക് കഴിയും. അവരുടെ ജീവിതം ആഘോഷവൽക്കരണത്തിന്റെ നിരന്തരമായൊരു പ്രക്രിയയായിരിക്കും; അവർ ആഴത്തിലേക്ക് നീങ്ങിക്കൊണ്ടിരിക്കും.

## പ്രഭാതമനനം

നിങ്ങളുടെ അബോധഭൂമികയുടെ ഏതാണ്ട് തൊണ്ണൂറ്റൊമ്പത് ശതമാനവും ബോധമായി കഴിയുമ്പോൾ, നിങ്ങളിൽ പൂക്കൾ വളരുവാൻ തുടങ്ങും, ആ ഭൂമികയുടെ നൂറുശതമാനവും വീണ്ടെടുക്കപ്പെട്ടു കഴിയുന്നതോടെ, നിങ്ങളിൽ അബോധത്തിന്റെ യാതൊരംശവും അവശേഷിക്കാതാകുമ്പോൾ, നിങ്ങളുടെ പുഷ്പങ്ങൾ സൗരഭ്യം പരത്തുവാൻ തുടങ്ങുന്നു.

അങ്ങനെ ഒരുവൻ ഒരു പരിശുദ്ധമായ സൗരഭ്യമായി ത്തീരാത്തിടത്തോളം, അവന്റെ ജീവിതം വെറും പാഴ്വസ്തുവായി പോകുന്നു. ആന്തരിക സൗന്ദര്യത്തിന്റെ ഈ സൗരഭ്യം വമിപ്പിക്കലിലൂടെ മാത്രമേ നിങ്ങൾ ആ രാജ്യത്തിലേക്ക് പ്രവേശിക്കുന്നുള്ളൂ, അനന്തതയുടെ, നിത്യതയുടെ രാജ്യത്തിൽ. അപ്പോൾ മരണമില്ല, ജനനമില്ല. അപ്പോൾ നിങ്ങൾ എന്നെന്നേക്കുമായി ഇപ്പോഴും ഇവിടെയുമാണ്. ശരീരം അപ്രത്യക്ഷമാകും, എന്നാൽ നിങ്ങളല്ല, മനസ്സ് അപ്രത്യക്ഷമാകും, നിങ്ങളല്ല. എന്നെന്നേക്കുമായി നിലനിന്നുകൊണ്ടിരിക്കുന്നതെന്താണോ, അതിനെ അറിയലത്രേ, സത്യത്തെ അറിയൽ.

## പ്രദോഷമനനം

ഒരു ദേവനായി തീരുവാനുള്ള സർവ്വവിധ സാദ്ധ്യതാശേഷിയോടും കൂടിയാണ് മനുഷ്യൻ വന്നെത്തുന്നത്. എങ്കിലും, അവൻ വെറുമൊരു മൃഗമായി നിലനിൽക്കുന്നതിനുള്ള ലളിതമായ കാരണമെന്തെന്നാൽ, അവൻ അസംസ്കൃതമായ ഊർജ്ജങ്ങളിൽ തളയ്ക്കപ്പെട്ടു കൊണ്ടാണ് ജീവിക്കുന്നത്. ആ അസംസ്കൃതമായ ഊർജ്ജങ്ങളെ ഏതെങ്കിലും സംസ്കൃതമായ രൂപത്തിലേക്ക് മാറ്റുവാൻ അവൻ ഒരിക്കലും ശ്രമിക്കുന്നില്ല. അവനെ മാറ്റിത്തീർക്കുവാൻ കഴിയും; കോപം കരുണയായിത്തീരാം - അത് ധ്യാനത്തിലൂടെ കടന്നുപോവുകയേ വേണ്ടൂ! അത്യാർത്തി പങ്കുവെയ്ക്കലായിത്തീരാം, കാമത്തിന് പ്രേമമായിത്തീരുവാൻ കഴിയും, പ്രേമത്തിന് പ്രാർത്ഥനയായിത്തീരുവാൻ കഴിയും. എന്നിട്ടും നാം ജീവിക്കുന്നത് ആ ഗോവണിയുടെ ഏറ്റവും താഴത്തെ പടിയിലാണ്, നമ്മൾ എവിടെയാണോ ജനിച്ചത് അവിടെ ത്തന്നെ നാം ജീവിക്കുന്നു. നാം ഒരിക്കലും നമ്മെക്കുറിച്ച് ഒരു സാദ്ധ്യതാശേഷിയുള്ള ജീവിയായി ചിന്തിക്കുന്നില്ല, നാം ജീവിതത്തെ ഒരു സാധാരണസംഭവമായി എടുക്കുന്നു, നാം ഇപ്പോൾ തന്നെ സമ്പൂർണ്ണമായി ജനിക്കപ്പെട്ടു, പൂർണ്ണവും മുഴുവനുമായി. എന്നാലത് ശരിയല്ല, പൂർണ്ണമായിത്തീരുവാനുള്ള ശേഷിയോടു കൂടിയാണ് നാം ജീവിക്കുന്നത്, അത്യുന്നത ശൃംഗത്തിൽ എത്തിച്ചേരുവാനുള്ള സാദ്ധ്യതാശേഷിയോടു കൂടിയാണ് നാം ജീവിക്കുന്നത്, എന്നാൽ അതൊരു സാദ്ധ്യതാശേഷി മാത്രമാണ് - അത് വാസ്തവികമായിത്തീരേണ്ടതുണ്ട്. അതിനെ വാസ്തവികമാക്കുവാൻ വേണ്ടി ചില രീതിശാസ്ത്രം ആവശ്യമുണ്ട്.

ഒരു നിശ്ചിതശാസ്ത്രം അതിനാവശ്യമുണ്ട്. അതാ

ണ് ധ്യാനമെന്ന ശാസ്ത്രം. അത് വളരെ സങ്കീർണ്ണമായ ഒരു ശാസ്ത്രമൊന്നുമല്ല, മറിച്ച് അത് വളരെ ലളിതമാണ്. എന്നാൽ ചിലപ്പോൾ സംഭവിക്കുന്നതങ്ങനെയാണ്. ജീവിതത്തിലേ ഏറ്റവും ലളിതമായ കാര്യം നമുക്ക് നഷ്ടമായി കൊണ്ടേയിരിക്കും. ഏറ്റവും വ്യക്തമായി കാണുന്നത് നമ്മുടെ ശ്രദ്ധയിൽ നിന്ന് വഴുതി പോകുന്നു. കാരണം, നാം സദാ അകലേയ്ക്കാണ് നോക്കിക്കൊണ്ടിരിക്കുന്നത്. അങ്ങകലെയുള്ളതിനാൽ നാം എപ്പോഴും ആകർഷിക്കപ്പെടുന്നു. ഏറ്റവും അടുത്തുള്ളത് ഏറ്റവും ലഭ്യമായിരിക്കുകയും ചെയ്യും. നിങ്ങൾ ഉള്ളിലേക്ക് പോയിത്തുടങ്ങിയാൽ അതത്രയും ലളിതമായൊരു പ്രതിഭാസമാണെന്നു കണ്ട് നിങ്ങൾ അതിശയപ്പെടുന്നു. എന്നാലതിന് അത്യധികം സൗന്ദര്യമുണ്ട്, സാദ്ധ്യമായതിൽ വെച്ച് അതിമഹത്തായ ആനന്ദമുണ്ട്, സാദ്ധ്യമായതിൽ വെച്ച് മഹനീയമായ പുഷ്പീകരണമുണ്ട്. ഇത്രയും കാലം നിങ്ങൾക്കതെങ്ങനെ നഷ്ടമായി? എങ്ങനെ, എന്തുകൊണ്ട് ഇത്രയും നീണ്ടകാലം നിങ്ങൾ അതിനുവേണ്ടി കാത്തിരുന്നു വെന്ന് വിശദീകരിക്കുവാൻ നിങ്ങൾക്ക് കഴിയാതെ വരുന്നു. അതിന് നിങ്ങളുടെ സത്തയെ ആകെ സ്വർണ്ണമാക്കി പരിവർത്തിപ്പിക്കുവാൻ സാധിക്കുകയും ചെയ്യും.

ഭയമില്ലായ്മ ഞാൻ പഠിപ്പിക്കുന്നു

# 12

## പ്രഭാതമനനം

അബോധമണ്ഡലം ഒരു വൃക്ഷത്തിന്റെ വേരുകൾ പോലെയാണ്. വൃക്ഷത്തിന്റെ വേരുകൾ ഭൂമിയ്ക്കടിയിൽ നിലകൊള്ളുന്നു, നിങ്ങളവ കാണുകയില്ല. അതുപോലെയാണ് നമ്മുടെ അബോധം. അധോലോകത്ത്; നാം അതിനെ കാണുന്നില്ല, എങ്കിലും അതെല്ലാറ്റിനെയും സ്വാധീനിക്കുന്നു. അത് ശാഖകളെയും ഇലകളെയും പൂക്കളെയും സ്വാധീനിക്കുന്നു. നമ്മുടെ വേരുകൾ മറഞ്ഞിരിക്കുന്നു, എങ്കിലും അവ വളരെ പ്രധാനമാണ്. വൃക്ഷത്തിന്റെ ഏറ്റവും പ്രധാനപ്പെട്ട ഭാഗമാണത്. ഒരുവൻ തന്റെ വേരുകളെ മനസ്സിലാക്കുന്നില്ലെങ്കിൽ അവന് തന്റെ സമ്പൂർണ്ണസത്തയെക്കുറിച്ചുള്ള ശരിയായ ഒരു അനുഭവം ഉണ്ടാകുന്നില്ല.

വൃക്ഷത്തിന്റെ ശിഖരങ്ങൾ നമ്മുടെ അവബോധമെന്ന് വിളിക്കപ്പെടുന്നതുപോലെയാണ്: അത് വളരെ ലോലമാണ്, ഒരു കനം കുറഞ്ഞ പാളി, അതിനെ വളരെ എളുപ്പത്തിൽ നശിപ്പിക്കുവാനും കഴിയും, ചെറിയൊരു അപകടം മതി അതിനെ നശിപ്പിക്കുവാൻ. ആരെങ്കിലും നിങ്ങളെ അപമാനിക്കുകയോ

അവഹേളിക്കുകയോ ചെയ്യുന്നു, നിങ്ങൾ പിന്നെ ബോധമല്ല. ആരെങ്കിലും എന്തെങ്കിലും ചിലത് പറയുന്നു, നിങ്ങൾ ധ്യാനത്തെക്കുറിച്ച്, നിങ്ങളുടെ അവബോധത്തെക്കുറിച്ച് എല്ലാം മറന്നു പോകുന്നു. നിങ്ങൾ ഭ്രാന്താണ്! ആ ഭ്രാന്തമായ അവസ്ഥയിൽ നിങ്ങൾക്കെന്തും ചെയ്യാം.

അങ്ങനെ, അവബോധത്തിന്റെ വെറും നേർത്ത ഒരു പടലം നമ്മുടെ അബോധത്തെ ചൂഴ്ന്ന് നിൽക്കുന്നു. നമ്മുടെ നിത്യനിദാന പ്രവൃത്തികൾക്കതു മതിയാകും: ഓഫീസിലേക്ക് പോകൽ, ഒരു ടൈപ്പ് റൈറ്റർ പ്രവർത്തിപ്പിക്കൽ, ഒരു കാറോടിക്കൽ, ഭർത്താവിനോടോ ഭാര്യയോടോ സംസാരിക്കൽ – നിങ്ങൾ എത്രയോ തവണ പറയുകയും പ്രവൃത്തിക്കുകയും ചെയ്തിട്ടുള്ള അതേ ക്ലീഷേകൾ.

ഒരു അവബോധവും കൂടാതെ അവ നിങ്ങൾ ആവർത്തിച്ചു കൊണ്ടിരിക്കും. എന്നാൽ ഇതിനെയാണ് നാം ബോധമായി കരുതുന്നത്. അത് വെറും അഷ്ടിയാണ്, തീരെ ചെറുത്. അജ്ഞാതത്തിനോട് പടപൊരുതുവാൻ, ആത്യന്തികതയ്ക്കായി ഇത് പോരാ.

അവബോധത്തിന്റെ തീരെ ചെറിയ ഈ ശകലത്തെ ഒരുവൻ ഒരു വിത്തായി പ്രയോജനപ്പെടുത്തേണ്ടതുണ്ട്. അതിനെ വളർത്തുവാൻ, പോഷിപ്പിക്കുവാൻ, അതിനെ എല്ലാത്തരത്തിലും സഹായിച്ചുകൊണ്ട്, അതിനോട് സഹകരിച്ചു കൊണ്ട്, അതിനെ വളർത്തുവാൻ തുടങ്ങേണ്ടതുണ്ട്. അതിനോട്, ബോധാവസ്ഥയിലുള്ള നിങ്ങളുടെ തീരെ ചെറിയ ആ അംശത്തോട് കൂടുതൽക്കൂടുതൽ സഹകരിക്കുക. അബോധാവസ്ഥയിലുള്ള നിങ്ങളുടെ സത്തയുടെ കൂടുതൽ വലിയ ഭാഗത്തോടുള്ള സഹകരണം കുറച്ചുകുറച്ചു കൊണ്ടുവരിക. എപ്പോഴും ബോധത്തെ തെരഞ്ഞെടുക്കുക, അബോധത്തെ ഒഴിവാക്കുകയും ചെയ്യുക. എന്താണോ നിങ്ങളെ അബോധവാനാക്കുന്നത് അത് തെറ്റും, എന്താണോ നിങ്ങളെ ബോധവാനാകുവാൻ സഹായിക്കുന്നത് അത് ശരിയുമാകുന്നു. അങ്ങനെ പതുക്കെപ്പതുക്കെ നിങ്ങളതിനോട് സഹകരിക്കുകയാണെങ്കിൽ അത് വളരുകയും, അബോധത്തോട് സഹകരിക്കൽ അവസാനിപ്പിക്കവേ അത് ചുരുങ്ങിപ്പോവുകയും ചെയ്യുന്നു.

അങ്ങനെ ബോധത്തിന്റെ ഭൂമിക വലുതായി വലുതായി വലുതായി വരികയും അബോധം ചുരുങ്ങിച്ചുരുങ്ങി അപ്രത്യക്ഷമാകുവാൻ തുടങ്ങുകയും ചെയ്യുന്നു. ഒടുവിൽ അബോധഭൂമിക മുഴുവനും ബോധത്താൽ കീഴടക്കപ്പെടുന്നു. അതാണ് നിങ്ങളിൽ പുഷ്പങ്ങൾ വളരുവാൻ തുടങ്ങുന്ന നിമിഷം: ആദ്യമായി നിങ്ങളാകുന്ന വൃക്ഷം പുഷ്പീകരിക്കുന്നു.

# 12

## പ്രദോഷമനനം

ഒരിക്കൽ നിങ്ങൾ ജ്ഞാതത്തിന്റെ ലോകത്തിലേക്ക് പ്രവേശിച്ചു കഴിഞ്ഞാൽ, നിങ്ങളുടെ ദർശനം, നിങ്ങളുടെ കാഴ്ചപ്പാട് ഉടനടി മാറുന്നു. നിങ്ങളിവിടെ എത്തിയത് കേവലം യാദൃശ്ചികമായിട്ടല്ലെന്നും നിങ്ങൾ അസ്തിത്വത്തിന്റെ ഒരു പ്രത്യേക ആവശ്യം നിറവേറ്റുകയാണെന്നും നിങ്ങൾക്ക് തോന്നി തുടങ്ങും. നിങ്ങൾക്കു പിന്നിൽ അസ്തിത്വം തന്നെയാണുള്ളത്, എന്നാൽ ഇതു കണ്ടെത്തുന്നത് അഗാധമായ നിശ്ശബ്ദതയിൽ നിങ്ങളുടെ ചിന്തകൾ, നിങ്ങളുടെ മനസ്സ്, നിങ്ങളുടെ അഹംബോധം തീർത്തും നിലയ്ക്കുമ്പോൾ മാത്രമാണ്. കാർമേഘങ്ങൾ മുഴുവനും അപ്രത്യക്ഷമായിത്തീരുന്ന ആ വ്യക്തതയിൽ, ആ സൂര്യൻ തിളക്കമാർന്നുകൊണ്ട് മുന്നോട്ട് വരികയും ആ പ്രകാശത്തിൽ ജീവിതം ഉടനടി പരിവർത്തനപ്പെടുകയും ചെയ്യുന്നു. അതിനർത്ഥമുണ്ടാകുവാൻ, പ്രസക്തിയുണ്ടാകുവാൻ തുടങ്ങുന്നു, അർത്ഥത്തോടും പ്രസക്തിയോടുമൊപ്പം സന്തോഷം, പരമാനന്ദം വന്നുചേരുകയും ചെയ്യുന്നു.

**പ്രഭാതമനനം**

അവബോധത്തിന്റെ മഹത്തായ ഒരു വിസ്ഫോടനത്തിനു വേണ്ടിയുള്ള കാലം പക്വമായിരിക്കുന്നു. അതൊരിക്കലും ഇത്രയും പക്വമായിരുന്നിട്ടില്ല, ജീവിതം പരിണമിച്ചു കൊണ്ടിരിക്കുകയാണ്, നമ്മൾ ഒരു പരിസമാപ്തിയിൽ എത്തിച്ചേരുകയും ചെയ്യുകയാണ്. നാം രൂഢമൂലമായ ഒരു പരിവർത്തനത്തിലേക്കെത്തിച്ചേരുന്നില്ലെങ്കിൽ പരിണിത മാനവികതയുടെ ഇതേ അവസ്ഥ തന്നെ നമ്മുടെമേൽ വലിയൊരു സംവർദ്ധമായിത്തീരും. മനുഷ്യൻ ഇപ്പോൾ ബാല്യത്തിലല്ല, കുട്ടികൾക്ക് വേണ്ടി തയ്യാറാക്കപ്പെട്ടിരുന്ന അതേ പഴയ വസ്ത്രങ്ങൾ തന്നെ അവൻ ഉപയോഗിച്ചു കൊണ്ടിരിക്കുകയാണെങ്കിൽ അവനത് ബുദ്ധിമുട്ടുതന്നെ ആയിരിക്കും. അവൻ ആവശ്യമില്ലാതെ വികലാംഗനായി നിലകൊള്ളും, അവൻ വലുതാവുകയും അവന്റെ വസ്ത്രങ്ങൾ ചെറുതായി നിലനിൽക്കുകയും ചെയ്യുന്നു എന്ന ലളിതമായ കാരണത്താൽ.

ക്രിസ്തുമതം, ഹിന്ദുമതം, ജൈനമതം, മുഹമ്മദീയമതം, തുടങ്ങിയവയെല്ലാം മനുഷ്യൻ കൂടുതൽ ബാലിശനായ കാലത്തെ, മാനവരാശിയുടെ മറ്റൊരവസ്ഥയ്ക്കു വേണ്ടി നിർമ്മിക്കപ്പെട്ട വസ്ത്രങ്ങളായിരുന്നു. ഇപ്പോൾ അതവർക്ക് പാകമാവുകയില്ല, അവ അങ്ങേയറ്റം കാലഹരണപ്പെട്ടു കഴിഞ്ഞിരിക്കുന്നു. ഒരു നിശ്ചിതകാലഘട്ടത്തിലേക്ക് ആ വസ്ത്രങ്ങൾ പാകമായിരുന്നു, ഇപ്പോൾ അവ ഒട്ടും പാകമല്ല. എല്ലാ വസ്ത്രങ്ങളും മാറുവാനുള്ള ശരിയായ കാലമെത്തിയിരിക്കുന്നു, മനുഷ്യൻ ആകെ മാറിത്തീരുവാനുള്ള കാലം പക്വമായിരിക്കുന്നു. സമ്പൂർണ്ണമായ ഒരു അട്ടിമറി ആവശ്യമായിരിക്കുന്നു.

# 13

## പ്രദോഷമനനം

ഓരോ വൃക്ഷവും ഭൂമിയിൽ വേരുറച്ചു നിൽക്കുന്നതുപോലെ ഓരോ അവബോധവും ദൈവത്തിൽ വേരുറച്ചു നിൽക്കുന്നു; ദൈവമെന്നാൽ പരമമായ അവബോധം എന്നാണർത്ഥം. നിങ്ങളെ നിങ്ങളുടെ സത്തയുടെ പരമമായ ഉറവിടത്തിലേക്ക് കൊണ്ടുപോകുന്ന കലയത്രേ ധ്യാനം. ഒരിക്കൽ ആ ഉറവിടത്തിൽ വർത്തിക്കുന്നതിന്റെ ആനന്ദം നിങ്ങൾ രുചിച്ചു കഴിഞ്ഞാൽ പിന്നെ ജീവിതത്തിൽ മറ്റുള്ളതെല്ലാം അർത്ഥരഹിതമായിത്തീരുന്നു. അപ്പോൾ നിങ്ങൾക്കൊരു സാധാരണജീവിതം തന്നെ നയിച്ചുകൊണ്ടിരിക്കാമെങ്കിലും അതെല്ലാം ഒരു അഭിനയമാണ്, അതൊരു മനോഹരമായ നാടകമാണ്. അത് നിങ്ങൾക്കാവുന്നത്ര നല്ല പോലെ കളിക്കുകയാണ്, എന്നാൽ ഇപ്പോൾ നിങ്ങൾക്കറിയാം, നിങ്ങളതിന്റെ ഭാഗമല്ല, നിങ്ങൾ കേവലം ഒരു വേഷം മാത്രമാണ്, അതു നിങ്ങളുടെ അസ്തിത്വമല്ല. ആ ജാലകമൊരിക്കൽ തുറന്നു കഴിഞ്ഞാൽ നിങ്ങൾ പരിവർത്തനപ്പെടുന്നു. അതാണ് സന്യാസത്തിന്റെ മുഴുവൻ ഉദ്ദേശ്യവും: ആ ജാലകം തുറക്കുവാനും അങ്ങനെ നിങ്ങൾ ദൈവികനാണെന്ന് ശരിക്കും അറിയുവാനും കഴിയുവാൻ.

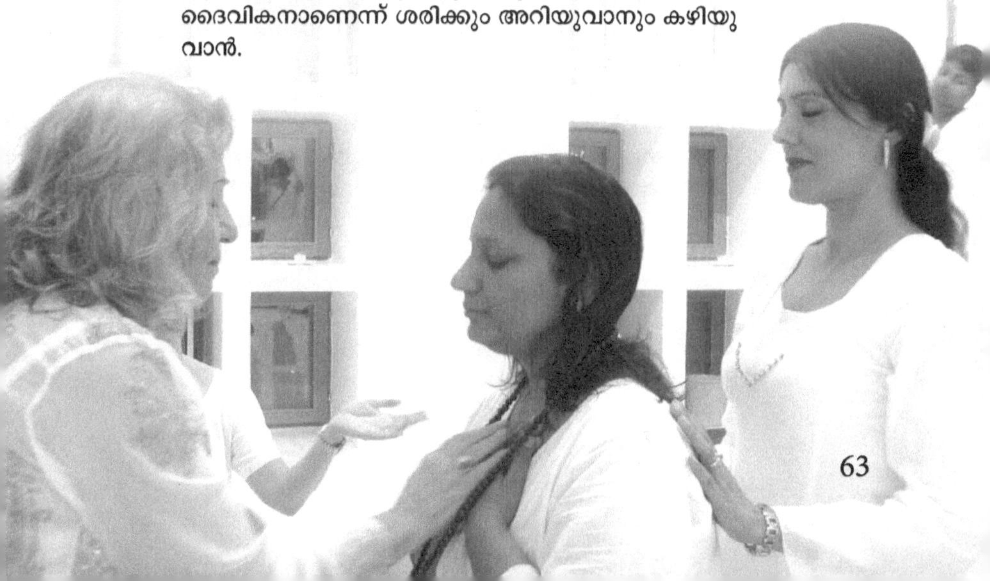

**പ്രഭാതമനനം**

യഥാർത്ഥത്തിൽ മതാത്മകനായ വ്യക്തി അയാളുടെ സാധാരണജീവിതം നയിക്കുന്നത് വളരെയധികം ആഹ്ലാദത്തോടെ, ആനന്ദാതിരേകത്തോടെ ആയിരിക്കും. അവനതിനെ സാധാരണം എന്നു വിളിക്കുന്നില്ല. അവനത് അസാധാരണമായ സംവേദകത്വത്തിൽ ജീവിക്കും. അത് സമ്പൂർണ്ണതയിൽ നിന്നുള്ള ഒരു വരദാനമാണ്, അതീതത്തിൽ നിന്നുള്ള വരദാനം; അതിനെ ആദരിക്കേണ്ടതുണ്ട്, പ്രേമിക്കേണ്ടതുണ്ട്, അതിനെ വിലമതിക്കേണ്ടതുണ്ട്. അത് വാസ്തവത്തിൽ അപാരമായ ഒരു പാരിതോഷികം തന്നെയാണ്. ഈ വൃക്ഷങ്ങളും പക്ഷികളും മനുഷ്യരും മൃഗങ്ങളും പുഴകളും പർവ്വതങ്ങളും നക്ഷത്രങ്ങളും, ഈ വിശാലമായ ആകാശവും, ഈ നിത്യമായവയെല്ലാം ..... ഈ ആഘോഷാത്മകമായ അസ്തിത്വത്തിൽ ഒരുവനെങ്ങനെ ഗൗരവക്കാരനായിരിക്കുവാൻ കഴിയുമെന്നത് ശരിക്കും വിചിത്രമായി, രോഗാതുരമായി തോന്നുന്നു.

എന്നാൽ ഈ ഗൗരവഭാവം പുകഴ്ത്തപ്പെട്ടുപോരുകയാണ്, അത് പുകഴ്ത്തപ്പെടുന്നതു കാരണം ആളുകൾ ഗൗരവക്കാരനാകുവാൻ ശ്രമിക്കുന്നു. അവർ അവരുടെ ആനന്ദഭാവത്തെ അടിച്ചമർത്തുന്നു, അവരുടെ നൃത്തത്തെ മുഴുവനും അവർ അടിച്ചമർത്തിയിരിക്കുന്നു, അവർ സ്വയം വികലാംഗരാക്കിയിരിക്കുന്നു, അവർ സാദ്ധ്യമായ എല്ലാ രീതികളിലും അവരുടെ സത്തയെ പക്ഷവാതവിധേയമാക്കിയിരിക്കുന്നു. ആദരണീയനായ ഒരു പുണ്യവാളനെന്ന ശൈലീകൃതത്വത്തിലേക്ക് ഒത്തിണങ്ങുവാൻ തക്കവണ്ണം അവർ സ്വയം ചെത്തിമിനുക്കിയെടുത്തിരിക്കുന്നു. എന്റെ നോട്ടത്തിൽ ഇതൊരു ദുരന്തമായിരുന്നു. മതങ്ങൾ മനുഷ്യനെതിരെ വമ്പിച്ചൊരു കുറ്റകൃത്യം ചെയ്തുകൊണ്ടിരിക്കുകയായിരുന്നു, അത്

തിരുത്തേണ്ട സമയമായിരിക്കുന്നു, ഇപ്പോൾ തന്നെ ഒരുപാട് വൈകിപ്പോയിരിക്കുന്നു.

ഇതുമാത്രമാണ് ഒരേയൊരു ലോകം, നാം ഇപ്പോൾ ഇവിടെ തന്നെ ജീവിക്കേണ്ടതുണ്ട്. ഒരു സ്വർഗമെന്നോ പറുദീസയെന്നോ മോക്ഷമെന്നോ ഉള്ള ഒരു കാൽപ്പനിക സങ്കല്പനത്തിനുവേണ്ടി ഇപ്പോഴിനെയും ഇവിടെയേയും നാം ബലികഴിക്കുവാൻ പാടില്ല.

ഓരോ നിമിഷവും അടുത്തനിമിഷത്തിന്റെ മാതാവായി പ്രവർത്തിക്കുന്നു. അതിനെ അധിക്ഷേപിക്കുന്നതഅപകടകരമാണ്, അതിനെ വിലമതിക്കുക, പ്രേമിക്കുക, അതിൽ അഭിരമിക്കുക.

## പ്രദോഷമനനം

ഒരു മനുഷ്യനിൽ അന്വേഷണം നടത്തുകയാണെങ്കിൽ, നിങ്ങളവനെ അരുതുകളുടെ ഒരു കൂമ്പാരം മാത്രമായി കണ്ടെത്തും. നിങ്ങൾ കുഴിച്ചു നോക്കിക്കൊണ്ടിരിക്കുകയാണെങ്കിൽ നിങ്ങൾ കണ്ടെത്തുക കൂടുതൽക്കൂടുതൽ 'അല്ലാ' കളെ ആയിരിക്കും, കൂടുതൽക്കൂടുതൽ വലിയ 'അല്ലാ' കൾ. എവിടെയെങ്കിലും ഒരു 'അതേ' കണ്ടെത്തുന്നത് വളരെ അത്യപൂർവ്വം. എവിടെയെങ്കിലും അത് കണ്ടെത്തുകയാണെങ്കിൽ തന്നെ ആ 'അതേ' പക്ഷവാതിതവും വികലവുമായിരിക്കും. ഒരു പാവം 'അതേ', അത് കൊല്ലപ്പെടുന്നു. അത് ചവിട്ടിമെതിയ്ക്കപ്പെടും! ഏതെങ്കിലും മുക്കിലോ മൂലയിലോ അത് ജീവനോടെ ഇരിക്കുന്നുണ്ടെങ്കിൽ തന്നെ, അത് മരിച്ചുകൊണ്ടിരിക്കുകയാവും, തീർത്തും സജീവമാകുന്നില്ല.

ജീവിതത്തിനൊരു സമ്പൂർണ്ണ 'അതേ' ആയിത്തീരുവാൻ കഴിയും. എന്നാൽ നാം നമ്മുടെ ജീവിതശൈലിയാകെ മാറ്റിത്തീർക്കേണ്ടതുണ്ട്. നിങ്ങളുടെ 'അല്ലാ' കളെയെല്ലാം ഒരു മഹത്തായ 'അതേ' ആക്കി ഉരുക്കിവാർക്കേണ്ടതുണ്ട്. ആളുകൾ വിചാരിക്കുന്നതുപോലെ അതത്ര പ്രയാസമുള്ള കാര്യമല്ല. തീർച്ചയായും അതസാദ്ധ്യമല്ല. പലർക്കുമത് സംഭവിച്ചിട്ടുണ്ട് – ബുദ്ധന്, സരതുഷ്ട്രന്, യേശുവിന്, പൈതഗോറസിന്, ടയോണിഷ്യസിന്, ലാവോത്സുവിന്, ലോകമാസകലം പലർക്കുമത് സംഭവിച്ചിട്ടുണ്ട്. അത് നിങ്ങൾക്കും സംഭവിക്കാം, അതെല്ലാവർക്കും സംഭവിക്കണം. വാസ്തവത്തിൽ അത് സംഭവിക്കുവാൻ വേണ്ടിയാണ് നമ്മൾ ഇവിടെയുള്ളത്. അതിനെ തന്നെയാണ് ഒരു ഗദ്യാത്മകജീവിതരീതിയിൽ നിന്ന് കാവ്യാത്മകജീവിതരീതിയിലേക്കുള്ള മാറ്റം എന്ന് ഞാൻ പറയുന്നത്. ഗണിതത്തിൽ നിന്ന് സംഗീതത്തിലേക്കുള്ള ഒരു മാറ്റം. അപ്പോൾ ജീവിതം ഒരു

ഗാനമാണ്, അപാരമായ ഒരു ആനന്ദഹർഷം.

ഒരു സന്താപത്തിന്റെ മതമല്ല ഞാൻ പഠിപ്പിക്കുന്നത്. പരപീഡനാത്മകവും ആത്മപീഡനാത്മകവുമായ അത്തരം മതങ്ങൾക്കെല്ലാം ഞാൻ എതിരാണ്. ഞാൻ പഠിപ്പിക്കുന്നത് പ്രേമത്തിൽ അധിഷ്ഠിതവും ഭയത്തിൽ അധിഷ്ഠിതമല്ലാത്തതുമാണ്, ഒരു പുതിയതരം മതാത്മകതയാണ്. അത് വർത്തമാനത്തിലാണ്, ഭാവിയിലല്ല വേരുറച്ച് നിൽക്കുന്നത്; യുക്തിയിലല്ല, പ്രേമത്തിലാണത് വേരുറച്ച് നിൽക്കുന്നത്.

## പ്രഭാതമനനം

ഗൗതമബുദ്ധൻ പറഞ്ഞിരിക്കുന്ന ഗാനം ഒരു സിംഹഗർജ്ജനമാണ്, കാരണം അതൊരു വിസ്ഫോടനമാണ്. ഏതൊരു അണുവിസ്ഫോടനത്തെക്കാളും ഏറെ വിശാലവും അഗാധവുമാണത്. അതൊരു വിസ്ഫോടനമാണ്, നിങ്ങളുടെ അവബോധത്തിന്റെ വിസ്ഫോടനം.

അതേ, ഈ രണ്ടു വിസ്ഫോടനവും തമ്മിൽ ഒരു വ്യത്യാസവുമുണ്ട്. അണുവിസ്ഫോടനം വിനാശകാരിയാണ്. ധ്യാനത്തിലൂടെ അവബോധത്തിൽ സംഭവിക്കുന്ന വിസ്ഫോടനം അനിവാര്യമായും സൃഷ്ടിപരമത്രേ. അതൊരു സിംഹഗർജ്ജനം തന്നെയാകുന്നു. എന്തുകൊണ്ടെന്നാൽ ഒരു മനുഷ്യൻ അയാളുടെ സത്തയുടെ ഏറ്റവും അഗാധമായ അനുഭവത്തെ അറിയുന്നതിലൂടെ - അതുതന്നെയാണ് ധ്യാനം - അയാൾ ഭയവിമുക്തനായിത്തീരുന്നു, കാരണം ഇനി മരണമില്ലെന്ന്, താൻ നിത്യനാണെന്ന് അയാൾ അറിയുന്നു.

അതൊരു സിംഹഗർജ്ജനമാകുന്നു, കാരണം ഇപ്പോൾ ഒരാൾക്കും അയാളെ അടിമയാക്കുവാൻ സാധ്യമല്ല. അതേ, നിങ്ങൾക്ക് അയാളെ കൊല്ലുവാൻ കഴിഞ്ഞേക്കാം. എന്നാലും അടിമയാക്കുവാൻ കഴിയില്ല, അയാളുടെ ആത്മാവിനെ നിങ്ങൾക്ക് കൊല്ലുവാനാവില്ല. അയാളുടെ ശരീരത്തെ അല്ലാതെ സത്തയെ തടവിലാക്കാൻ നിങ്ങൾക്കാവില്ല. സ്വാതന്ത്ര്യമെന്തെന്ന് അവനറിയുന്നു, സ്വാതന്ത്ര്യം എടുത്തുമാറ്റുവാനാകില്ല. അതപാരമായ ധൈര്യത്തെയാണ് പുറത്തു വിടുന്നത്; അയാൾക്ക് ഈ ലോകത്തോട് മുഴുവനും പോരടിക്കുവാനും കഴിയും.

വാസ്തവത്തിൽ മഹാത്മാക്കളായ ധ്യാനികൾ എല്ലാംതന്നെ ഈ മണ്ടൻ ലോകത്തോട് ഏകനായി, ഒറ്റയാനായി പൊരുതുകയായിരുന്നു. യേശു, ബുദ്ധൻ, ലാവോത്സു, കബീർ..... യുഗങ്ങളായി ധ്യാനികളെല്ലാം തന്നെ മാനവരാശിയുടെ കൂട്ടായ മണ്ടത്തരത്തോട് പടപൊരുതിക്കൊണ്ടു നിൽക്കുകയായിരുന്നു. അയാൾ കഴുത്തറക്കപ്പെട്ടു കൊണ്ട്, ക്രൂശിക്കപ്പെട്ടുകൊണ്ട്, വിഷം കൊടുത്തും മറ്റു പലവിധത്തിലും കൊല്ലപ്പെട്ടു കൊണ്ട്. പക്ഷേ അതൊന്നും ഒരു വ്യത്യാസവും വരുത്തുന്നില്ല.

ഒരു മനുഷ്യൻ വീണ്ടും സമാധിയിൽ എത്തിച്ചേരുമ്പോൾ ആ സിംഹഗർജ്ജനം വിസ്ഫോടനം ചെയ്യുന്നു. വീണ്ടും യഥാർത്ഥമായ, ആധികാരികമായ ഒരു മനുഷ്യവ്യക്തി ഉണ്ടാകുന്നു. സത്യത്തിനു വേണ്ടി എന്തും ത്യജിക്കുവാൻ സന്നദ്ധനായ ഒരുവൻ.

## പ്രദോഷമനനം

ഒരു മനുഷ്യന് അവന്റെ ജീവിതം ഒന്നുകിൽ ഒരു 'അല്ലാ' ആയോ, അല്ലെങ്കിൽ ഒരു 'അതേ' ആയോ ജീവിക്കാം. നിങ്ങൾ ജീവിതം നയിക്കുന്നത് ഒരു 'അല്ലാ' ആയിട്ടാണെങ്കിൽ നിങ്ങൾ ഒരു പടയാളിയായിത്തീരും. നിങ്ങൾ നിരന്തരം പടപൊരുതുകയാണ്. അപ്പോൾ ജീവിതം വെറുമൊരു പോരാട്ടമായിരിക്കും, ഒരു യുദ്ധം. നിങ്ങൾ മറ്റെല്ലാവർക്കുമെതിരെ പൊരുതിക്കൊണ്ടിരിക്കുന്നു. തീർച്ചയായും അതൊരു പരാജയമടയുന്ന യുദ്ധമാണ്, നിങ്ങൾ തോൽക്കുമെന്ന് നിശ്ചയം. സമ്പൂർണ്ണതയ്ക്കെതിരെ ആർക്കും വിജയിക്കുവാനാകില്ല. ആ ആശയം മുഴുവനും വിഡ്ഢിത്തമാണ്. എന്നാൽ അത് അഹംബോധത്തിന് ആകർഷകമാണ്. അഹംബോധം എപ്പോഴും 'അല്ലാ' പറയുവാൻ ഇഷ്ടപ്പെടുന്നു. 'അല്ലാ' അഹംബോധത്തിന് പോഷണമാകുന്നു. 'അതേ' സൃഷ്ടിപരമാണ്, അതേ, 'അതേ'യാണ് സൃഷ്ടികർത്താവിന്റെ വഴി, പ്രണയിതാവിന്റെ വഴി. 'അതേ' എന്നാൽ സമർപ്പണമാകുന്നു. 'അല്ലാ' എന്നാൽ യുദ്ധമാണെങ്കിൽ, അപ്പോൾ 'അതേ' എന്നാൽ സമർപ്പണമാകുന്നു; സമ്പൂർണ്ണതയോടുള്ള സമർപ്പണം, സമ്പൂർണ്ണതയെ ഒരു സുഹൃത്തായി വിശ്വസ്തതയിൽ എടുത്തുകൊണ്ട് - പോരടിക്കേണ്ട ആവശ്യമില്ല - ജീവിതത്തെ, അസ്തിത്വത്തെ വിശ്വസ്തതയിൽ എടുത്തുകൊണ്ട്.

'അതേ' പറയുവാൻ പഠിക്കുക, 'അതേ' ആയി വർത്തിക്കുവാൻ പഠിക്കുക, സമ്പൂർണ്ണമായ ഒരു 'അതേ'. ഒന്നും ഉൾവലിച്ചൊതുക്കിവെയ്ക്കാതെ, ആ അതേയ്ക്ക് യാതൊരു ഉപാധികളും നിരത്താതിരിക്കുക. അപ്പോൾ നിങ്ങൾ അത്ഭുതപ്പെടും, ജീവിതം വലിയ വലിയ ചാട്ടങ്ങളിലൂടെ വളരുവാൻ തുടങ്ങുന്നു; ജീവിതം അത്തരമൊരു മഹാസൗന്ദര്യമായിത്തീരുന്നു. ഒരുവന് സങ്കൽപ്പിക്കുവാൻ പോലും കഴിയാത്ത

ത്രയും സുന്ദരം. ജീവിതത്തിന് അന്തമില്ലാത്ത, ആനന്ദ ഹർഷമായിത്തീരുവാൻ കഴിയും. നിങ്ങളുടെ ഭാഗ ത്താവശ്യമായിട്ടുള്ളത് ജാലകങ്ങളും വാതിലുകളും തുറന്നിടുക മാത്രം. കാറ്റിനോട് 'അതേ' പറയുക, സൂര്യനോട് 'അതേ' പറയുക, ചന്ദ്രനോട്, മഴയോട്, മഞ്ഞിനോട്, സമ്പൂർണ്ണതയോട് മുഴുവനും 'അതേ' പറയുക.

## പ്രഭാതമനനം

ഭൂമിയും മറ്റു ഗ്രഹങ്ങളും സൂര്യനു ചുറ്റും കറങ്ങിക്കൊണ്ടിരിക്കുന്നതു പോലെ തന്നെ നിങ്ങളുടെ ആന്തരികസത്ത മുഴുവനും പരമാനന്ദ കേന്ദ്രത്തിന് ചുറ്റും കറങ്ങിക്കൊണ്ടിരിക്കുന്നു. ഒരിക്കലത് തിരിച്ചറിഞ്ഞു കഴിഞ്ഞാൽ കാര്യങ്ങൾ വളരെ വ്യക്തവും ലളിതവുമായിത്തീരുന്നു; അപ്പോൾ നിങ്ങൾ ഇരുട്ടിൽ തപ്പുന്നില്ല, നിങ്ങൾക്ക് നേരിട്ട് കേന്ദ്രത്തിലേക്ക് പോകാം, അങ്ങനെ നിങ്ങൾ കേന്ദ്രത്തിലേക്ക് നീങ്ങുവാൻ തുടങ്ങുന്ന നിമിഷം നിങ്ങളുടെ ജീവിതം പ്രകാശമായിത്തീരുവാൻ തുടങ്ങുന്നു.

ഞാൻ പഠിപ്പിക്കുന്ന നാല് ആംഗല എൽ (L) കളുണ്ട്; life, love,laughter, light. ജീവിതം, പ്രേമം, പൊട്ടിച്ചിരി, പ്രകാശം. അവ സംഭവിക്കുന്നത് കൃത്യമായും അതേ ശ്രേണിയിൽ തന്നെയാണ്.

ഒന്നാമത്തേത് ജീവിതം - ഒരുവൻ കൂടുതൽക്കൂടുതൽ സജീവനായിത്തീരേണ്ടതുണ്ട്; നിറയെ അന്വേഷണത്വര, അതിന്റെ തീവ്രത - അഭിനിവേശം; ഒരുവൻ ഉൾവലിഞ്ഞു പിടിച്ചുവെയ്ക്കരുത്. നിങ്ങൾ തികച്ചും സജീവനായിത്തീരുമ്പോൾ പ്രേമം സംഭവിക്കുവാൻ, അതിന്റേതായ രീതിയിൽ സ്വയമേവ സംഭവിക്കുവാൻ തുടങ്ങുന്നു. കാരണം ജീവിതം കൊണ്ട് നിങ്ങളെന്തുചെയ്യും? നിറഞ്ഞുകവിയുന്ന ആ ഊർജ്ജത്താൽ നിങ്ങളെന്തുചെയ്യും? നിങ്ങൾക്കു പങ്കുവെയ്ക്കേണ്ടിവരും - അതുതന്നെയാണ് പ്രേമം - നിങ്ങളുടെ ജൈവോർജ്ജത്തിന്റെ പങ്കുവെയ്ക്കൽ. നിങ്ങൾ ജൈവോർജ്ജത്തെ പങ്കുവെയ്ക്കുന്ന നിമിഷം എല്ലാ സന്താപവും അപ്രത്യക്ഷമാകുന്നു, അപ്പോൾ ജീവിതം കേവലം ഹൃദയസ്പർശിയായ ഒരു പൊട്ടിച്ചിരി മാത്രമാകുന്നു.

ഈ മൂന്ന് Lകൾ നിറവേറപ്പെട്ടു കഴിയുമ്പോൾ

നാലാമത്തെ L സ്വാഭാവികമായി സംഭവിക്കുന്നു. ആദ്യത്തെ മൂന്നും നിങ്ങൾ തന്നെ നിറവേറ്റണ്ടതുണ്ട്. ആ മൂന്ന് L കളും വിദ്യാഭ്യാസവിചക്ഷണരുടെ മൂന്ന് R കളെപ്പോലെയാണ്. നാലാമത്തേത് അതീതത്തിൽ നിന്നുള്ള പ്രതീകമാണ്. അപ്പോൾ പ്രകാശം താഴേക്കിറങ്ങിവരുന്നു.

പ്രകാശം നിങ്ങളിലേക്ക് പ്രവേശിക്കുന്ന നിമിഷം നിങ്ങൾ ബോധപ്രാപ്തനായി – അതാണ് 'enlightenment'– 'ബോധപ്രാപ്തി' എന്ന വാക്കിന്റെ അർത്ഥം.

## പ്രദോഷമനനം

ആളുകൾ സാധാരണയായി ജീവിക്കുന്നത് ഒരു അടഞ്ഞ ജീവിതമാണ്. അവർ തങ്ങളുടെ വാതിലുകളും ജനലുകളും തുറക്കുന്നില്ല. അവർ ജീവിക്കുന്നത് ഭയത്തിലാണ്, ഒളിച്ചുകൊണ്ട്, എപ്പോഴും അജ്ഞാതത്തെ ഭയപ്പെട്ടുകൊണ്ട്. അവർ തങ്ങളുടെ സത്തയിലേക്ക് വെയിലിനെയും മഴയെയും വായുവിനെയും കടന്നുവരാൻ അനുവദിക്കുന്നില്ല. നിങ്ങൾ ഒരു പനിനീർച്ചെടിയെ മുറിക്കുള്ളിൽവെച്ച് വാതിലുകളും ജനാലകളുമെല്ലാം അടയ്ക്കുകയും, വെയിലും മഴയും വായുവും അകത്തുവരാൻ അനുവദിക്കാതിരിക്കുകയും ചെയ്താൽ ആ ചെടി അതിജീവിക്കുമെന്ന് പ്രതീക്ഷിക്കാനാവില്ല. അത് ചത്തു പോകും; അതുപോലെയാണ് ആളുകൾ; ഏതാണ്ട് മരണപ്പെട്ടത്. മൃതമായ ഒരു ജീവിതമാണവർ നയിക്കുന്നത്, എങ്ങനെയോ വലിച്ചിഴച്ചുകൊണ്ട്.

യഥാർത്ഥത്തിൽ ജീവിക്കുവാനായി ഒരാൾ ഉള്ളതായ എല്ലാറ്റിനോടും സുലഭ്യനായിരിക്കേണ്ടതുണ്ട്. ഒരുവൻ തുറന്നവനായും വഴങ്ങുന്നവനായും വർത്തിക്കണം, എല്ലാ ഭയങ്ങളെയും ഒഴിവാക്കണം, ഭയക്കുവാനായി ഒരു കാര്യം മാത്രമേയുള്ളൂ, അത് ഭയമാണ്. അതിനെ ഒഴികെ മറ്റൊന്നിനെയും ഒരിക്കലും ഭയപ്പെടരുത്, കാരണം ഭയം വളർച്ച മുരടിപ്പിക്കുന്നു, കൊല്ലുന്നു, നിങ്ങൾ അജ്ഞാതത്തിലേക്ക് നീങ്ങുന്ന നിമിഷം എല്ലാ ഭയങ്ങൾക്കുമപ്പുറം, നിങ്ങളുടെ ജീവിതം പുതുമയേറിയ പലകാര്യങ്ങളും കണ്ടെത്തുവാൻ തുടങ്ങുന്നു. കാരണം ആ സാഹസികത ഗാഢമാകുന്തോറും അതിന്റെ ഹരം, ആ ആനന്ദഹർഷവും ഗാഢമായിത്തീരുന്നു.

നിങ്ങൾ അജ്ഞാതത്തിലൂടെ നീങ്ങിത്തുടങ്ങവേ പല വെല്ലുവിളികളും അഭിമുഖീകരിക്കപ്പെടേണ്ടി വരുന്നു, നേരിടേണ്ടി വരുന്നു. അതിനാൽ സ്വാഭാവികമായും നിങ്ങൾ കൂടുതൽ ബോധവാനായും, കൂടു

തൽ ജാഗരൂകനായും, കൂടുതൽ അവബോധമുള്ളവനായും തീരുന്നു, അങ്ങനെയാകേണ്ടി വരുന്നു. അതൊരുതരം കത്തിമുനയിലൂടെയുള്ള നടത്തമാകുന്നു. അപ്പോഴെങ്ങനെ ഉറക്കം തൂങ്ങുവാൻ കഴിയും? അശ്രദ്ധനാകുവാൻ കഴിയും? നിങ്ങൾക്ക് ജാഗരൂകനായി, സൂക്ഷ്മശ്രദ്ധാലുവായി വർത്തിക്കേണ്ടിവരുന്നു. അതപകടകരമാണ്. അപകടസാദ്ധ്യതയുള്ളപ്പോഴൊക്കെ നിങ്ങളുടെ ധിഷണാവിശേഷത്തിന് മൂർച്ച കൂടുകയും ചെയ്യുന്നു. ധിഷണ മൂർച്ചയുള്ളതാകുമ്പോൾ, ആനന്ദാതിരേകം അതിഗംഭീരമായിത്തീരുന്നു. ഓരോ നിമിഷവും നിങ്ങൾക്ക് ഹരം നൽകുന്നതാണത്. അപകടങ്ങളുടെ, സാഹസികതയുടെ, ആനന്ദത്തിന്റെ, അവബോധത്തിന്റെ, ധിഷണയുടെ ഉദ്ഗ്രഥനത്തിന്റെ ആ കാലാവസ്ഥയിൽ മാത്രമേ ആന്തരികസത്ത തുറക്കപ്പെടുന്നുള്ളൂ, ആ മുകുളം പുഷ്പമായിത്തീരുന്നുള്ളൂ.

## പ്രഭാതമനനം

ആളുകൾ ജീവിക്കുന്നത് നുണകളിലാണ്. തീർച്ചയായും ആ നുണകൾ മനോഹരമാണ്, സുഖകരമാണ്, സൗകര്യപ്രദമാണ്, അവ ഒരു പ്രത്യേക സ്വാന്തനം നൽകുന്നു. എങ്കിലും നുണകൾ എന്തെയാലും നുണകൾ തന്നെ. അവയ്ക്കാരെയും സഹായിക്കുവാനാകുന്നില്ല. അവ കറുപ്പുപോലെ പ്രവർത്തിക്കുന്നു. നിങ്ങളുടെ ദുഃഖത്തെ മറക്കുവാൻ അവ സഹായിക്കാം. നിദ്രാസഹായികളായി അവ ഉപയോഗിക്കാം. എങ്കിലുമവ യഥാർത്ഥമായ രോഗത്തെ മാറ്റുന്നില്ല. അവ രോഗലക്ഷണങ്ങളെ മറച്ചുവെയ്ക്കുക മാത്രം ചെയ്യുന്നു.

ലോകത്തിലുള്ള കോടാനുകോടി ജനങ്ങൾ സൗകര്യപ്രദമായ നുണകളനുസരിച്ച് ജീവിച്ചുപോരുന്നു. അവർ അവയെ സത്യങ്ങളെന്നു വിളിക്കുന്നു... എന്നാൽ സത്യത്തിന്റെ അടിസ്ഥാനപരമായ ഗുണവിശേഷം, അത് നിങ്ങളുടെ സ്വന്തം കണ്ടുപിടുത്തമായിരിക്കണം എന്നുള്ളതാണ്.

സത്യം കൈമാറ്റം ചെയ്യാവുന്നതല്ല, ആർക്കും നിങ്ങൾക്കത് നൽകുവാനാകില്ല. സ്വന്തം പരിശ്രമത്താൽ നിങ്ങൾ തന്നെ അത് കണ്ടുപിടിക്കേണ്ടതുണ്ട്. അതിനാൽ, മറ്റുള്ളവരിൽ നിന്ന് കിട്ടുന്നതെന്തായാലും, അത് കൂടിയാൽ സുന്ദരമായ ഒരു നുണയായിരിക്കാം, ചന്തമുള്ള, മധുരമുള്ള ഒരു നുണ. ഒരുവന് തന്റെ ചുറ്റും മധുരമേറിയ ഒന്നുമില്ലായ്മ കൊണ്ട് നിറയ്ക്കാം. എന്നാൽ ഇതൊരു അപകടകരമായ വിനോദമാണ്. കാരണം സത്യത്തിന്റെ ലോകത്തെ നിങ്ങൾക്ക് സുലഭ്യമാക്കുവാൻ സഹായിക്കുന്ന ഊർജ്ജവും സമയവും അവസരവും നിങ്ങൾക്ക് നഷ്ടപ്പെടുകയാണ്.

സത്യത്തോടുള്ള ഭക്തി എന്നാലർത്ഥം: ഞാൻ ഒരു പാരമ്പര്യത്തിന്റെയും ആളല്ല, ഞാൻ ഒരു മത വിഭാഗത്തിന്റെയും ആളല്ല, ഞാൻ അന്വേഷണം നടത്തും; ഞാൻ അറിയുമ്പോൾ മാത്രമേ ഞാൻ വിശ്വ സിക്കുകയുള്ളൂ, അതിന് മുമ്പില്ല.

നിങ്ങൾ ഈ തീരുമാനം എടുക്കുന്നില്ലെങ്കിൽ സത്യം അകലേ തന്നെ നിലനിൽക്കും. ഈ തീരു മാനം നിങ്ങളുടെ ഹൃദയത്തിൽ അടിയുറക്കുമ്പോൾ അതത്ര വിദൂരത്തിലല്ല. ഒരിക്കൽ സത്യത്തെ നിങ്ങള റിഞ്ഞു കഴിഞ്ഞാൽ നിങ്ങൾ നിത്യജീവിതത്തെ അറി യുന്നു. ആരംഭമുള്ളതും എന്നാൽ ഒരിക്കലും അവ സാനിക്കാത്തതുമായതിനെ നിങ്ങൾ അറിയുന്നു. അതായിരിക്കണം, ഒരേയൊരു ഭക്തി, ഒരേയൊരു സമർപ്പണം.

# 17

## പ്രദോഷമനനം

നിങ്ങൾ അജ്ഞാതത്തെ ഭയപ്പെടാതിരിക്കുന്ന നിമിഷം, ഉടനടി അജ്ഞാതം നിങ്ങളുടെ പടിവാതിൽക്കൽ വന്നു മുട്ടുന്നു. നിങ്ങൾ ഭയാലുവാണെങ്കിൽ അതു നിങ്ങളെ ശല്യം ചെയ്യുന്നില്ല. ദൈവം ഒരിക്കലും ആരുടെയും ജീവിതത്തിൽ ഇടപെടാൻ വരുന്നില്ല. കാരണം, അവൻ അവന്റെ സൃഷ്ടിയെ സ്നേഹിക്കുന്നു. അതിനാൽ അവൻ എല്ലാവർക്കും സമ്പൂർണ്ണമായ സ്വാതന്ത്ര്യം അനുവദിക്കുന്നു, അവനെതിരെ പോകുവാൻ പോലും - അത് സ്വാതന്ത്ര്യത്തിന്റെ ഭാഗം തന്നെ, അവനെ നിഷേധിക്കുവാൻ പോലുമുള്ളത് - ആ നിഷേധാത്മകമായ രീതിയിൽ സ്വാതന്ത്ര്യത്തെ ഉപയോഗിക്കുന്നത് വിഡ്ഢിത്തമാണ്. സ്വാതന്ത്ര്യത്തെ ധനാത്മകമായ രീതിയിൽ ഉപയോഗിക്കുക, അജ്ഞാതനായ അതിഥിയെ സ്വീകരിക്കുവാൻ വേണ്ടി ഉപയോഗിക്കുക, വിശ്വസ്തതയും പ്രേമവും പരമാനന്ദവും സൃഷ്ടിക്കുവാനും അതുവഴി ദൈവത്തിന് നിങ്ങളിലേക്ക് കടന്നു കയറുവാനും വേണ്ടി സ്വാതന്ത്ര്യത്തെ ഉപയോഗിക്കുക. നിങ്ങളുടെ സത്തയും സമ്പൂർണ്ണസത്തയും തമ്മിലുള്ള സമാഗമമാണ് പ്രകാശത്തിന്റെ ആരംഭം, നിത്യമായ ജീവിതത്തിന്റെ ആരംഭം, അമർത്ത്യതയുടെ ആരംഭവും അതുതന്നെയാണ്, അറിഞ്ഞോ അറിയാതെയോ എല്ലാവരുടെയും അന്വേഷണവും. നശിപ്പിക്കപ്പെടാനാവാത്ത, എടുത്തുമാറ്റാനാവാത്ത എന്തെങ്കിലും ചിലതിനെ അറിയുവാൻ എല്ലാവരും ആഗ്രഹിക്കുന്നു. എല്ലാവരും പ്രകാശത്തിലേക്ക് വരാൻ ആഗ്രഹിക്കുന്നു.

കാണുവാൻ വേണ്ടിയുള്ള കണ്ണുകൾ ഉണ്ടാകുവാൻ, വീക്ഷണവ്യക്തതയുണ്ടാകുവാൻ എല്ലാവരും ആഗ്രഹിക്കുന്നു. എന്നാൽ ആളുകൾ അവരുടെ ദർശനത്തെ യഥാർത്ഥത്തിൽ തടയുന്നു, അവരുടെ

ഉൾക്കാഴ്ചയ്ക്ക് വിഘാതമായിത്തീരുന്ന, സത്തയുടെ വളർച്ച മുരടിപ്പിക്കുന്ന കാര്യങ്ങൾ തന്നെ ചെയ്തു കൊണ്ടിരിക്കുന്നു.

## പ്രഭാതമനനം

നമ്മൾ അസ്തിത്വത്തിൽ നിന്ന് വേർപ്പെട്ടിരിക്കുന്നത്, നമ്മൾ ബന്ധനത്തിലായിരിക്കുന്നത് വളരെ വിരോധാഭാസമായൊരു പ്രതിഭാസമാണ്. നമ്മുടെ ആ വ്യതിരിക്തത തന്നെ നമ്മുടെ ബന്ധനമായിത്തീരുന്നു. തീർച്ചയായും ഓരോ അതിർവരമ്പും ഒരു ബന്ധനമാണ്, ഓരോ പരിധിയും ഒരു പരിമിതിയാകുന്നു. നിങ്ങൾ നിങ്ങൾക്കു ചുറ്റും സൃഷ്ടിച്ചിട്ടുള്ള ആ വേലിക്കെട്ടുകൾ പൊളിച്ചു മാറ്റുന്ന നിമിഷം നിങ്ങൾ സ്വാതന്ത്ര്യമാണ്; അപ്പോൾ ആകാശം മുഴുവനും നിങ്ങളുടേതാണ്, നക്ഷത്രങ്ങളത്രയും. ആ സ്വാതന്ത്ര്യത്തോടൊപ്പം ഒരുവന് സത്യം, പ്രേമം, ദൈവികത അനുഭവിക്കാം.

അഹംബോധത്തിന്റെ അതിരുകൾക്കൊപ്പം നമുക്ക് നുണകളിൽ, വിദ്വേഷത്തിൽ, തിന്മയിൽ മാത്രമേ ജീവിക്കുവാൻ കഴിയൂ. കാരണം തികച്ചും തെറ്റായ ഒരു സങ്കൽപ്പനത്തിലാണ് നാം അടിയുറച്ചു നിൽക്കുന്നത്. നമ്മുടെ അസ്തിത്വം തന്നെ തലതിരിഞ്ഞതാണ്. ഒരു വൃക്ഷത്തിന്റെ ഇല താൻ വൃക്ഷത്തിൽ നിന്ന് വ്യതിരിക്തനാണെന്ന് വിചാരിക്കുന്നതുപോലെയാണത്. താൻ വ്യതിരിക്തമാണെന്ന ആശയംപോലും അതിനെ വാട്ടുന്നു. വൃക്ഷത്തിന്റെ നീര് അതിലേക്ക് ഒഴുകുകയില്ല, പച്ചപ്പ് അതിലേക്ക് എത്തുകയില്ല, ഇല മരിച്ചു തുടങ്ങുന്നു, ഉൾവലിഞ്ഞു തുടങ്ങുന്നു. ആ ആശയം ഉപേക്ഷിക്കുന്ന നിമിഷം, "ഞാൻ വൃക്ഷത്തിന്റെ ഭാഗമാകുന്നു, വൃക്ഷം ഭൂമിയുടെ ഭാഗമാകുന്നു, ഭൂമി സൗരയൂഥത്തിന്റെ ഭാഗമാകുന്നു, സൗരയൂഥം പ്രപഞ്ചത്തിന്റെ ഭാഗമാകുന്നു" എന്നത് മനസ്സിലാക്കുന്നു. ഒരു കുഞ്ഞില പോലും ഏറ്റവും വലിയ സൂര്യന്റെ, അത്ര തന്നെ സമ്പൂർണ്ണതയുടെ

അനിവാര്യമായ ഒരു അംശമാകുന്നു. അസ്തിത്വ ത്തിൽ അങ്ങനെയൊരു ഉയർച്ച താഴ്ച്ചാ അവകാശ മില്ല, കാരണം അസ്തിത്വം ഏകമാകുന്നു. ഉയർച്ച താഴ്ച്ചാ അവകാശമെന്നാൽ ഒരുവൻ ഉന്നതനാണ്, മറ്റൊരുവൻ താഴ്ന്നവനാണ്. എന്നാൽ അസ്തിത്വ മാകെ ഒന്നാണ്! അതിനാൽ, ഏറ്റവും ചെറിയ പുൽ ക്കൊടിയും ഏറ്റവും വലിയ നക്ഷത്രത്തോളം തന്നെ പ്രസക്തമാണ്.

ഉന്നതമെന്ന ഒന്നില്ല, താഴ്ന്നതെന്ന ഒന്നില്ല. ഇത് മനസ്സിലാക്കൽ നിങ്ങളുടെ ഉള്ളിലടച്ചു കൂട്ടപ്പെട്ടിരി ക്കുന്ന മഹത്വത്തെ പുറത്തേക്ക് വിടുന്നു. പൊടു ന്നനെ നിങ്ങൾ വളരെ വിശാലമെന്ന് സ്വയം അനു ഭവിച്ചറിയുന്നു. നിങ്ങൾക്കാഹ്ലാദിക്കാതിരിക്കുവാൻ, ആഘോഷിക്കാതിരിക്കുവാൻ കഴിയുന്നില്ല. നിങ്ങ ൾക്കാടുകയും പാടുകയും ചെയ്യാതിരിക്കുവാൻ കഴി യുന്നില്ല.

## പ്രദോഷമനനം

നിങ്ങൾ പഴയതിനെ തെരഞ്ഞെടുക്കുകയാണെങ്കിൽ ദുഃഖത്തെയാണ് തെരഞ്ഞെടുക്കുന്നത്; പുതിയതിനെ തെരഞ്ഞെടുക്കുമ്പോൾ, നിങ്ങൾ പരമാനന്ദം തെരഞ്ഞെടുക്കുന്നു. ഇതൊരു താക്കോൽ ആയിരിക്കട്ടെ: എപ്പോഴും പുതിയതിനെ തെരഞ്ഞെടുക്കുക. അജ്ഞാതത്തെ, അപകടകരമായതിനെ, അരക്ഷിതത്വത്തെ- എന്തുകൊണ്ടെന്നാൽ അപകടസാധ്യത ഏറ്റെടുക്കുന്നതിലൂടെ മാത്രമേ ഒരാൾ വളരുന്നുള്ളൂ. വളർച്ചയാണ്, പക്വതയാണ് പരമാനന്ദവും. ഒരു നിമിഷത്തേക്ക് പോലും പഴയതിൽ അള്ളിപ്പിടിക്കരുത്.

പഴയതെന്തൊക്കെയായാലും അതിനെ ഉപേക്ഷിച്ചു കൊണ്ടിരിക്കുക. അത് പഴയതായിത്തീരുന്ന നിമിഷം അതുമായുള്ള ബന്ധം അവസാനിപ്പിക്കുക, അതിനോട് ഒരു പൂർണ്ണവിരാമം ഇടുക, ഒരിക്കലും തിരിഞ്ഞുനോക്കാതെയിരിക്കുക, തിരിഞ്ഞുനോക്കുവാൻ കൊള്ളാവുന്നതായി ഒന്നുമില്ല. ഒരാൾ പിന്നിലേക്കല്ല മുന്നിലേക്കാണ് നോക്കേണ്ടത്; മുന്നോട്ട് നീങ്ങുക, എപ്പോഴും മുന്നോട്ട് - സാഹസികനായി വർത്തിക്കുകയും ചെയ്യുക. അതാരും കയറിയിട്ടില്ലാത്ത ഒരു പർവ്വതശൃംഗം കയറുന്നതുപോലെയാണ് - തീർച്ചയായും അപകടകരം, കാരണം മുമ്പ് ആരും തന്നെ അവിടെ എത്തിയിട്ടില്ല. അങ്ങോട്ട് കടന്നു ചെന്നുകൊണ്ട് നിങ്ങളുടെ വഴി നിങ്ങൾ തന്നെ സൃഷ്ടിക്കേണ്ടിവരും. കൂടാതെ തീർച്ചയായും പല അപകടങ്ങളുമുണ്ട്. അപകടങ്ങൾ എപ്പോഴും മനോഹരവുമാണ്. കാരണം, അപകടത്തിലൂടെയാണ് നാം ജാഗരൂകരായി, ബോധവാനായിത്തീരുന്നത്.

അപകടസാധ്യതയും അരക്ഷിതത്വവും ആപത്തും നിങ്ങളെ ബോധവാനാക്കുന്നു. ബോധം തന്നെയാണ്

ഏറ്റവും മഹത്തായ മൂല്യം. കാരണം അവബോധത്തിലൂടെ മറ്റുള്ളതെല്ലാം വന്നെത്തുന്നു: ആഹ്ലാദം, ആനന്ദം, പ്രേമം, ദൈവികത, സത്യം, മോക്ഷം.

## പ്രഭാതമനനം

ഒരാൾ ഈ അപാരസുന്ദരമായ അസ്തിത്വത്തിന്റെ ഭാഗമായിത്തീരുമ്പോൾ മാത്രമേ അയാൾക്ക് സഫലീകൃതമായതായി അനുഭവപ്പെടുന്നുള്ളൂ. അതിൽ കുറഞ്ഞതൊന്നും മതിയാവില്ല. അതിൽ കുറഞ്ഞുപോയാൽ എന്തോ നഷ്ടമാകുന്നുവെന്ന തോന്നൽ നിങ്ങൾക്കെപ്പോഴും ഉണ്ടാകും. നിങ്ങൾ അതിവിശാലമായിത്തീരണം, നക്ഷത്രങ്ങളെയും മേഘങ്ങളെയുമെല്ലാം ഉള്ളിൽ ഉൾക്കൊള്ളുവാൻ മാത്രം വിശാലമായത്; അപ്പോഴവിടെ സംതൃപ്തിയുണ്ട്.

ഈ അസ്തിത്വമാകെ ഉൾക്കൊള്ളുവാൻ നിങ്ങൾക്കു കഴിയുമ്പോൾ, സ്വഭാവികമായും ഒന്നും നഷ്ടമാകുന്നില്ല. എല്ലാം നിങ്ങൾക്കുള്ളിലാണ്, അതുകൊണ്ട് ഒന്നും നഷ്ടപ്പെടുവാൻ സാദ്ധ്യമല്ല. ഒന്നും നഷ്ടമാകാതിരിക്കുമ്പോൾ, ആ ഘട്ടമാണ് പരമമായ സ്വാസ്ഥ്യത്തിന്റെ ഘട്ടം.

സ്വാസ്ഥ്യത്തിന് അതിലപ്പുറം പോകുവാൻ സാദ്ധ്യമല്ല. നിങ്ങൾ സ്വാസ്ഥ്യത്തിന്റെ എവറസ്റ്റ് തന്നെ കീഴടക്കിയിരിക്കുന്നു. അതാണ് ഉച്ചകോടി, ആ കൊടുമുടി. അവിടെ നിന്ന് ആർക്കും താഴോട്ട് വീഴാനാകില്ല. അങ്ങനെ ഒരു പതനം സാധ്യമല്ല. കാരണം ഒരുവൻ അതായിത്തീരുന്നു. നിങ്ങളിപ്പോൾ വ്യതിരിക്തനല്ല, അതിനാൽ നിങ്ങൾക്ക് വീഴാനാകില്ല. നിങ്ങൾക്ക് സ്വാസ്ഥ്യം അനുഭവപ്പെടുന്നു എന്നതിന്റെ ചോദ്യമല്ലത്. നിങ്ങൾ സ്വാസ്ഥ്യം തന്നെയാകുന്നു. അതേറ്റവും പ്രസക്തമായി മനസ്സിലാക്കിയിരിക്കേണ്ട കാര്യവുമാണ്.

# 19

## പ്രദോഷമനനം

അപകടത്തെ സംബന്ധിക്കുന്ന ഏറ്റവും മനോഹരമായ വസ്തുത അത് നിങ്ങൾക്ക് ജാഗ്രത, അവബോധം നൽകുന്നു എന്നതാണ്. അതിനാൽ അജ്ഞാതമായ, ഭൂപടങ്ങളില്ലാത്ത കൊടുമുടികൾ കീഴടക്കാൻ പോകുന്ന ആളുകൾ യഥാർത്ഥത്തിൽ തേടുന്നത് അവബോധമാണ്.

തങ്ങൾ എന്താണന്വേഷിച്ചുകൊണ്ടിരിക്കുന്നതെന്നതിനെക്കുറിച്ച് അവർ ബോധവാന്മാരല്ല. ഉത്തരധ്രുവത്തിലേക്കും ദക്ഷിണധ്രുവത്തിലേക്കും എല്ലാത്തരം അപകടസാധ്യതകളെയും തരണം ചെയ്തുകൊണ്ട് സഞ്ചരിച്ചിട്ടുള്ളവർ, ചന്ദ്രനിലേക്ക് പോയിട്ടുള്ള ആളുകൾ, അവരൊന്നും തങ്ങളുടെ യഥാർത്ഥ അന്വേഷണം എന്തിനുവേണ്ടിയാണെന്നതിനെക്കുറിച്ച് ബോധവാന്മാരല്ല. അവർ അവബോധമാണന്വേഷിച്ചുകൊണ്ടിരിക്കുന്നത്, എന്നാലത് ബോധപൂർവ്വമല്ല.

ഒരു ധ്യാനി ബോധപൂർവ്വം അന്വേഷിച്ച് പോകുന്നു. ഹിമാലയശൃംഗങ്ങളിലേക്കോ ചന്ദ്രനിലേക്കോ പോകേണ്ട ആവശ്യമില്ല. കാരണം അതിനേക്കാൾ ഉയർന്ന കൊടുമുടികൾ നിങ്ങൾക്കുള്ളിലുണ്ട്, അതിനേക്കാൾ വിദൂരദേശങ്ങൾ, അതിനേക്കാൾ പ്രസക്തമായ നക്ഷത്രങ്ങൾ, നിങ്ങൾക്കുള്ളിലുണ്ട്. ആകാശം മുഴുവനും അവിടെയുണ്ട്, പ്രപഞ്ചം മുഴുവനും അവിടെയുണ്ട്, എന്നാൽ ചന്ദ്രനിലേക്കോ, എവറസ്റ്റിലേക്കോ പോകുന്നതിനേക്കാൾ അപകടസാധ്യതകളുള്ളതാണ്. ഏറ്റവും മഹത്തായ, ഏറ്റവും അപകടകരമായ, ഏറ്റവും അപകടസാദ്ധ്യതയുള്ള ഇടം നിങ്ങളുടെ ഉള്ളിലാണ്. അതിനാൽ വളരെ അപൂർവ്വരായ ചില ആളുകൾ അങ്ങോട്ട് പോകുവാൻ ധൈര്യപ്പെ

ടുന്നു. നിങ്ങളുടെ ഉള്ളിലുള്ള ആ കൊടുമുടികളിൽ നിന്നും താഴേക്കുള്ള പതനം, ആ പതനം നിങ്ങൾ ഇതേവരെ അറിഞ്ഞിട്ടില്ലാത്തതിലും ആഴമേറിയ ഒരു ഗർത്തത്തിലേക്കുള്ള പതനമായിരിക്കും. എങ്കിലും ആരും ഒരിക്കലും ആ കൊടുമുടികളിൽ നിന്ന് വീഴുന്നില്ല. കാരണം നിങ്ങൾ ഉയരത്തിലേക്ക് നീങ്ങുന്തോറും കൂടുതൽ ജാഗരൂകനും കൂടുതൽ ബോധവാനുമായിത്തീരുന്നു, ആ കത്തി മുനയെക്കുറിച്ചും നിങ്ങൾ കൂടുതൽ ബോധവാനായിത്തീരും. നിങ്ങൾ വലിച്ചുകെട്ടിയ കയറിലൂടെ നടക്കുന്നവനെപ്പോലെ ബദ്ധശ്രദ്ധനായിത്തീരുന്നു; നിങ്ങൾ അവബോധവാനായിത്തീരേണ്ടതുണ്ട്. അയാൾക്ക് ഭൂതകാലത്തെക്കുറിച്ച് ചിന്തിക്കുവാനാവില്ല, ഭാവിയെക്കുറിച്ചും ചിന്തിക്കുവാനാവില്ല. ആ നിമിഷം തന്നെ, അതിൽ തന്നെ മതിയാവോളം ജാഗരൂകം; അവന് ഇവിടെ ഇപ്പോൾ വർത്തിക്കേണ്ടിവരുന്നു. അതിനാലവിടെ പതനമില്ല. ആ കൊടുമുടിയിൽ നിന്ന് ആരെങ്കിലും വീണതായി ഞാനൊരിക്കലും കേട്ടിട്ടില്ല. എന്നാൽ അപകടം അവിടെയുണ്ട്, ആ അപകടം കാരണം വളരെ കുറച്ച് ആളുകൾ മാത്രമേ ആന്തരികലോകത്തിലേക്ക്, തന്റെ സ്വന്തം സത്തയുടെ ആന്തരികതയിലേക്ക് യാത്ര ചെയ്യുന്നുള്ളൂ.

## 20

### പ്രഭാതമനനം

ജ്ഞാനമില്ലാത്ത ഒരു മനുഷ്യൻ അസ്തിത്വത്തിന്റെ സൗന്ദര്യത്തെക്കുറിച്ച് യാതൊന്നുമറിയുന്നില്ല; അയാൾക്ക് നൽകപ്പെട്ടിരിക്കുന്ന ഈ മഹനീയമായ അവസരത്തെക്കുറിച്ച് യാതൊന്നുമറിയുന്നില്ല. അയാൾ ഗാഢനിദ്രയിലാണ്. അവിടെ നടന്നുകൊണ്ടിരിക്കുന്ന സംഗീതവും ഗാനങ്ങളുമൊന്നും അയാൾ അറിയുന്നില്ല. പുഷ്പങ്ങൾ വിടർന്നുകൊണ്ടിരിക്കുന്നുവെങ്കിലും അയാൾ നല്ല ഉറക്കത്തിലാണ് - ഏദൻതോട്ടത്തിൽ തന്നെ!

ആവശ്യമായിട്ടുള്ളത് ഒരു ജാഗരണം മാത്രമാണ്. പൂക്കളെയും നക്ഷത്രങ്ങളെയും പക്ഷികളെയും വൃക്ഷങ്ങളെയും കാണുവാനും ഈ അസ്തിത്വത്തിന്റെ അപാരമായ മഹത്വം അനുഭവിച്ചറിയുവാനും സാധിക്കുവാനായി ഒരു ജാഗരണം. ഈ അസ്തിത്വം അവിശ്വസനീയമാംവണ്ണം അമൂല്യമത്രേ!

സാദ്ധ്യമായിട്ടുള്ളതിൽ വെച്ചേറ്റവും സുന്ദരവും ഏറ്റവും പരിപൂർണ്ണവുമായ അസ്തിത്വമാണ് നമുക്ക് നൽകപ്പെട്ടിട്ടുള്ളത്. അസ്തിത്വത്തിന് അതായിരിക്കുന്നതിനേക്കാൾ കൂടുതൽ പരിപൂർണ്ണമാകുവാൻ സാധ്യമല്ല. എന്നാൽ നാമത് കണ്ടെത്തേണ്ടതുണ്ട്. അതൊരു വെല്ലുവിളിയാണ്! ജീവിതത്തിൽ അങ്ങനെയൊരു വെല്ലുവിളിയുള്ളത് നല്ലതുതന്നെ, അല്ലെങ്കിൽ ജീവിതം മൃതമായിരിക്കും. ആ വെല്ലുവിളിയാണതിനെ സജീവമാക്കുന്നത്.

ധ്യാനമാണ് ജീവിതത്തിന്റെ ഏറ്റവും വലിയ വെല്ലുവിളി: നിങ്ങളുടെ ജാഗരൂകപൂർണ്ണതയെ കണ്ടെത്തലാണ്, നിങ്ങളുടെ നിദ്രാടനത്തെ, നിദ്രാസഞ്ചാരത്തെ നശിപ്പിക്കൽ, അത് ആത്മാവിന്റെ അപാരമായൊരു ഉണർച്ചയാകുന്നു.

## പ്രദോഷമനനം

ബാഹ്യലോകം സംതൃപ്തി നൽകുകയില്ല. അതൊരു മാറിക്കൊണ്ടിരിക്കുന്ന ലോകമാണ്, നൈമിഷികം. എന്നാൽ നമ്മുടെ ഉള്ളിന്റെയുള്ളിലെ അഭിവാഞ്ഛ നിത്യമായതിന് വേണ്ടിയുള്ളതാണ്. അത് ബാഹ്യത്തിൽ നിന്ന് സഫലീകരിക്കുവാൻ സാധ്യമല്ല. അതിനാൽ പുറമേ നൈമിഷികത്തോടൊപ്പം ആഹ്ലാദപൂർണ്ണനായി വർത്തിക്കുക, അത് നിത്യമായിരിക്കണമെന്ന് ആവശ്യപ്പെടാതിരിക്കുക. ബാഹ്യത്തിൽ ഒന്നുമേ നിത്യമാകുവാൻ സാധ്യമല്ല. നൈമിഷികത്തെ നൈമിഷികമായിത്തന്നെ ആസ്വദിക്കുക, അത് നൈമിഷികമാണെന്ന് വളരെ നന്നായി അറിഞ്ഞുകൊണ്ടു തന്നെ.

പ്രഭാതത്തിൽ വിടർന്നുവരുന്ന പുഷ്പം സായാഹ്നത്തിൽ മരണമടയാതിരിക്കുവാൻ നിർവ്വാഹമില്ല. അത് സൂര്യോദയത്തോടൊപ്പം വന്നതാണ്, സൂര്യാസ്തമയത്തോടെ അത് പോവുകയും ചെയ്യും. അതിനാൽ ആഹ്ലാദിക്കുക! ഞാൻ ആ പൂവിനെതിരല്ല– ആഹ്ലാദിക്കുക! എന്നാലൊരിക്കലും അള്ളിപ്പിടിക്കരുത്, പ്രതീക്ഷിക്കരുത്, അല്ലാത്തപക്ഷം നിങ്ങൾ ആശയക്കുഴപ്പത്തിലാകും. നൈമിഷികത്തിൽ ബാഹ്യമായി ആഹ്ലാദം കൊള്ളുക, എന്നാൽ നിത്യതയ്ക്കു വേണ്ടി ആന്തരികതയിൽ അന്വേഷണം നടത്തുക... ആന്തരികതയിലാകട്ടെ നിങ്ങൾ അമൃതം, അനശ്വരമായത്, കാലാതിവർത്തിയായത്, ദൈവികമായത് കണ്ടെത്തും. ഒരിക്കൽ, കണ്ടെത്തുവാനായി ഇനി ഒന്നുമില്ലന്നറിയുമ്പോൾ, പിന്നീട് എല്ലാം പരമാനന്ദമാണ്, സന്തോഷമാണ്. ജീവിതം സഫലമായിരിക്കുന്നു, ഒരുവൻ സ്വഭവനത്തിൽ എത്തിച്ചേർന്നിരിക്കുന്നു.

## പ്രഭാതമനനം

ബാഹ്യമായ വിപ്ലവം ആന്തരിക വിപ്ലവത്തോട് താരതമ്യം ചെയ്യുമ്പോൾ ഒന്നുമല്ല. ബാഹ്യവിപ്ലവം വെറുമൊരു പരിഷ്ക്കരണം മാത്രമാണെന്ന് തെളിയിക്കപ്പെടുന്നു; അതൊരിക്കലും യഥാർത്ഥത്തിൽ വിപ്ലവമാണെന്ന് തെളിയിക്കപ്പെടുന്നില്ല, കാരണം മനുഷ്യൻ തത്തുല്യനായി നിലകൊള്ളുന്നു. നിങ്ങളവനു ചുറ്റുമുള്ള ബാഹ്യമായ എടുപ്പ് മാത്രമാണ് മാറ്റിക്കൊണ്ടിരിക്കുന്നത്. തടവറ മാറുന്നു, എന്നാൽ തടവുകാരൻ തത്തുല്യനായി നിലനിൽക്കുന്നു, പിന്നെയും തടവുകാരനായി തന്നെ നിലനിൽക്കുന്നു - ഒരുപക്ഷേ അൽപ്പം കൂടി സുഖകരമായ തടവറയായിരിക്കാം, കൂടുതൽ സൗകര്യപ്രദമായത്, ടെലിവിഷൻ സെറ്റുകളും ഫുട്ബോൾ ഗ്രൗണ്ടുകളും, സ്വതന്ത്രരായ മനുഷ്യർക്ക് ലഭ്യമാകുന്ന മറ്റ് സൗകര്യങ്ങളും അവിടെ ഉണ്ടായിരിക്കാം -എന്നാൽ തന്നെയും അയാൾ തടവറയിൽ തന്നെയാണ്, ആ സ്വാതന്ത്ര്യമവിടെ ഇല്ല.

ആന്തരികവിപ്ലവം സ്വാതന്ത്ര്യം കൊണ്ടുവരുന്നു, ഒരു മനുഷ്യനെ സ്വയം ആന്തരികവിപ്ലവത്തിലൂടെ കടന്നുപോകുവാൻ പ്രാപ്തനാക്കുന്ന ഒരേയൊരു മാർഗ്ഗം ധ്യാനമാകുന്നു. ധ്യാനമെന്നാൽ നിങ്ങൾ പഠിച്ചിട്ടുള്ളതെല്ലാം മറക്കുവാൻ പഠിക്കുക എന്നാണ് ലളിതമായ അർത്ഥം. അത് നിങ്ങളുടെ അനുശീലനങ്ങളെ നശിപ്പിക്കുന്ന പ്രക്രിയയാണ്, മോഹനിദ്രയിൽ നിന്ന് വിമുക്തമാക്കുന്ന പ്രക്രിയയാണ്.

ഒരിക്കൽ നിങ്ങൾ ശൂന്യനായി കഴിഞ്ഞാൽ, ഇടമുള്ളവനായി കഴിഞ്ഞാൽ, നിശ്ശബ്ദനും ശുചിയുമായി കഴിഞ്ഞാൽ ആ വിപ്ലവം സംഭവിച്ചു കഴിഞ്ഞു. സൂര്യൻ ഉദിച്ചു കഴിഞ്ഞു. അപ്പോൾ നിങ്ങൾ ജീവിക്കുന്നത് ആ വെളിച്ചത്തിലാണ്. നിങ്ങളുടെ ആന്ത

രികസൂര്യന്റെ വെളിച്ചത്തിൽ ജീവിക്കുക എന്നുവെച്ചാലത് ശരിയായി ജീവിക്കലാണ്.

നിങ്ങൾ നിശ്ശബ്ദനും അവബോധവാനും വ്യക്തനുമായിത്തീരുന്ന, നിങ്ങളുടെ ആന്തരികാകാശം നിറയെ ആമോദമായി കഴിയുന്ന നിമിഷം നിങ്ങളുടെ യഥാർത്ഥ ജീവിതത്തിന്റെ ആദ്യരുചി നിങ്ങൾ അറിയുന്നു. ഒരാൾക്കതിനെ ദൈവമെന്നു വിളിക്കാം, ബോധോദയമെന്നു വിളിക്കാം, മോക്ഷമെന്നും വിളിക്കാം, അല്ലെങ്കിൽ സത്യാനുഭവമെന്നോ, പ്രേമാനുഭവമെന്നോ, പരമാനന്ദാനുഭവമെന്നോ, സ്വാതന്ത്ര്യാനുഭവമെന്നോ വിളിക്കാം- വ്യത്യസ്ത നാമങ്ങൾ, എന്നാൽ ആ പ്രതിഭാസം ഒന്നുതന്നെയാണ്.

## പ്രദോഷമനനം

മനുഷ്യൻ ഒരു ഗോവണിയാകുന്നു - അവനിൽ പല സാദ്ധ്യതകളുമുണ്ട്. അതിനാലത് ഒരു അപകടവും അന്തസ്സുമാണ്, ഒരു മഹിമയും ഒരു ദുഃഖവുമാണ്. താഴോട്ട് നിലംപതിക്കുവാൻ എളുപ്പമാണ്. താഴോട്ട് വീഴലാണ് എപ്പോഴും എളുപ്പം, അതിനൊരു പരിശ്രമവും ആവശ്യമില്ല. മേൽപ്പോട്ടുയരുവാൻ പരിശ്രമം ആവശ്യമുണ്ട്. നിങ്ങൾക്കെത്രകണ്ട് മേൽപ്പോട്ടുയരണമോ അത്രയും പരിശ്രമം ആവശ്യമാണ്. നിങ്ങൾക്ക് അവബോധത്തിന്റെ ഉച്ചകോടികൾ സ്വായത്തമാക്കണമെങ്കിൽ നിങ്ങളെല്ലാ അപകടസാധ്യതകളും ഏറ്റെടുക്കേണ്ടിവരും.

ഒരുവൻ തന്റെ സത്തയെ നിത്യസാധാരണമെന്ന് ലളിതവൽക്കരിക്കരുത്. കാരണം മനുഷ്യനൊരു സത്തയേ ഇല്ല-അത് കേവലം അനന്തസാധ്യതകളുടെ ഒരു വർണ്ണരാജിയാണ്, ആ മുഴുവൻ വർണ്ണരാജി. അതാണ് മനുഷ്യന്റെ സൗന്ദര്യം, അവന്റെ ദുഃഖവും. അവനാണ് അസ്തിത്വത്തിലെ ഉൽക്കണ്ഠാകുലനായ ഏകജന്തു, വിഷാദം അനുഭവിക്കുന്ന ഏകജന്തു. അവനെപ്പോഴും നാൽക്കവലകളിലാണ്; അവന് നാൽക്കവലകളിൽ തെരഞ്ഞെടുപ്പുകൾ നടത്തേണ്ടിവരുന്നു, ഓരോ നിമിഷവും തെരഞ്ഞെടുപ്പ്: വർത്തിക്കണമോ വേണ്ടയോ, ഇതായി വർത്തിക്കണമോ അതോ അതായി വർത്തിക്കണമോ? അവൻ ചിന്നിച്ചിതറപ്പെടുന്നു. സന്യാസം ഒരു തീരുമാനമെടുക്കലാകുന്നു, പരമോന്നതശൃംഗങ്ങളിലേക്ക് ഉയർന്നു ചെല്ലുന്നതിലേക്കായുള്ള ഒരു ദൃഢനിശ്ചയം.

### പ്രഭാതമനനം

നിങ്ങൾക്ക് കൈവശമുള്ളതെന്തും നഷ്ടപ്പെടാവുന്നതാണ്, അത് മോഷ്ടിക്കപ്പെടാം, അത് നിങ്ങളിൽ നിന്ന് എടുത്തുമാറ്റപ്പെടാം. കുറഞ്ഞപക്ഷം മരണം നിങ്ങളെ നിങ്ങളുടെ സ്വത്തുക്കളിൽ നിന്ന് വേർപ്പെടുത്തും. നിങ്ങൾ ആയിത്തീർന്നിട്ടുള്ളതെന്താണോ അതിൽ നിന്ന് മാത്രമേ നിങ്ങളെ എടുത്തുമാറ്റാതിരിക്കുവാൻ കഴിയൂ. മരണത്തിനുപോലും നിങ്ങളെ അതിൽ നിന്ന് വേർപ്പെടുത്തുവാനാവില്ല. അത് നിങ്ങളുടെ കൈവശമുള്ളതല്ല, നിങ്ങൾ അതാകുന്നു.

അതിനാൽ ഔപനിഷദിക ഋഷിവര്യന്മാർ പറയുന്നു, ''ഒരുവൻ ദൈവത്തെ അറിയുന്ന നിമിഷം, അവൻ ദൈവമായിത്തീരുന്നു.'' ദൈവത്തെ അറിയുന്നതിലൂടെ ഒരുവൻ ദൈവമായിത്തീരുന്നു. കാരണം ദൈവത്തെ അറിയൽ വിജ്ഞാനമുണ്ടാകൽ പോലെയല്ല. അത് നിങ്ങൾക്ക് മറക്കുവാനാകും. ദൈവത്തെ അറിയലെന്നാൽ നിങ്ങൾ സത്താപരമായി ഗുണവിശേഷത്തിൽ എത്തിച്ചേർന്നിരിക്കുന്നുവെന്നാണ്. അത് നിങ്ങളുടെ ശ്വസോച്ഛ്വാസത്തിന്റെ, ഹൃദയസ്പന്ദനത്തിന്റെ ഭാഗമായിത്തീരുന്നു.

സമ്പൂർണ്ണതയുമായുള്ള ആ ആത്യന്തികസമാഗമമെന്നാൽ നിങ്ങൾ സമ്പൂർണ്ണതയായിത്തീർന്നിരിക്കുന്നു എന്നുമാത്രമാണർത്ഥം. അതിനാൽ, അതാണ് ഒരുവൻ: ''ഞാൻ എത്തിച്ചേർന്നിരിക്കുന്നു. ഇതായിരുന്നു ലക്ഷ്യം, ആയിരമായിരം ജന്മങ്ങളായി ഞാൻ തേടിക്കൊണ്ടിരിക്കുകയായിരുന്നു. ഇതാണ് ഞാൻ അന്വേഷിച്ചു കൊണ്ടിരുന്ന എന്റെ ഭവനം. ഞാൻ പലപല ഭവനങ്ങൾ നിർമ്മിച്ചിരുന്നു, എന്നാൽ അവ

യൊന്നും യഥാർത്ഥത്തിൽ ഒരു ഭവനമാണെന്ന് തെളിഞ്ഞില്ല, അവയെല്ലാം 'കാരവൻസരായി'കൾ മാത്രമായിരുന്നു, എനിക്കവ വിട്ട് പോരേണ്ടിവന്നു. ഇല്ല, ഈ ഭവനം എനിക്ക് വിട്ട് പോകാനാവില്ല. കാരണം ഞാൻ അതാകുന്നു.''

# 22

## പ്രദോഷമനനം

ലോകത്തിൽ തന്നെ നിലകൊള്ളുക. എന്നാൽ തികച്ചും അസ്പർശിതനായി, താദാത്മ്യവിമുക്തനായി. അതാണ് സന്യാസമെന്നതത്രയും: ലോകത്തിൽ തന്നെ ജീവിക്കൽ, എന്നിട്ടും ലോകത്തിലല്ലാതെ വർത്തിക്കൽ; ലോകത്തിനകത്ത് ജീവിക്കൽ, എന്നാൽ ലോകത്തെ നിങ്ങൾക്കകത്ത് ജീവിക്കുവാൻ അനുവദിക്കാതിരിക്കൽ; അതായത് ഈ ലോകമാകെ നൈമിഷികമാണ്, അതിനാൽ നിങ്ങൾ അലോസരപ്പെടേണ്ട ആവശ്യമില്ല, നിങ്ങൾ അതിനാൽ വ്യതിചലിപ്പിക്കപ്പെടേണ്ട ആവശ്യമില്ല എന്ന പൂർണ്ണബോധ്യത്തോടു കൂടി ഈ ലോകത്തിലൂടെ കടന്നു പോകൽ. അപ്പോൾ ദുരന്തങ്ങളും അനുഗ്രഹങ്ങളും, വിജയവും പരാജയവും, എല്ലാം ഒന്നുതന്നെ. അങ്ങനെ ഇരുട്ടും വെളിച്ചവും, ജീവിതവും മരണവും, എല്ലാം ഒന്നുതന്നെയെന്ന് കാണുവാൻ കഴിയുമ്പോൾ, അപാരമായൊരു ശാന്തി, ഒരു സന്തുലനം, ഒരു സമവായം നിങ്ങൾക്ക് സംഭവിക്കുന്നു. പ്രൗഢമായ ആ നിശ്ശബ്ദതയത്രേ സത്യം.

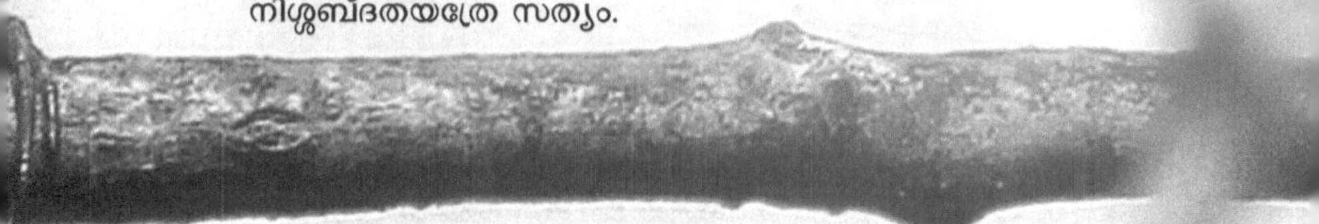

## പ്രഭാതമനനം

ഈ ഭൂമുഖത്തെ ആദ്യവ്യക്തിയാണ് നിങ്ങൾ എന്നവിധത്തിൽ നിങ്ങളുടെ ജീവിതം നയിക്കുക, നിങ്ങൾ ആദാമും ഹവ്വയുമാണ് എന്നപോലെ ജീവിക്കുക- നിങ്ങൾക്കു മുമ്പ് ആരുമുണ്ടായിരുന്നില്ല. അതിനാൽ അനുകരിക്കുവാനായി ഒരാളുമില്ല. നിങ്ങളുടെ സ്വന്തമായ വെളിച്ചത്തിനനുസരിച്ച് സ്വന്തം ജീവിതം നയിക്കുവാൻ ഒരിക്കലാരംഭിച്ചു കഴിഞ്ഞാൽ....തെറ്റുകൾ വരുത്തുമെന്ന ഒരു ഭയവും കൂടാതെ -തെറ്റുകൾ വരുത്തുക സ്വാഭാവികമാണ്, അതനിവാര്യമാണ്, തെറ്റുകൾ വരുത്താതിരിക്കുവാൻ നിർവ്വാഹമില്ല. അത് പ്രയോജനകരം കൂടിയാണ്. തെറ്റുകൾ വരുത്തുന്നില്ലെങ്കിൽ ഒരാളൊരിക്കലും ഒന്നും പഠിക്കുന്നില്ല. തീർച്ചയായും ഒരേ തെറ്റുകൾ തന്നെ ഒരാൾ വീണ്ടും വീണ്ടും ആവർത്തിക്കരുത്. കാരണം അത് മണ്ടത്തരമാണ്. പുതിയ പുതിയ തെറ്റുകൾ കണ്ടുപിടിച്ചുകൊണ്ടേയിരിക്കുക, പുതിയ പിശകുകൾ, വഴിതെറ്റിപ്പോകലിന്റെ പുതിയപുതിയ രീതികൾ.

ഒരു പുതിയ പാതയിൽ വഴിതെറ്റിപ്പോകുന്നതാണ് ശരിയായ പാതയിൽ ആൾക്കൂട്ടത്തെ അനുഗമിക്കുന്നതിനേക്കാൾ നല്ലത്. കാരണം അത് ശരിയോ തെറ്റോ എന്നതിന്റെ പ്രശ്നമല്ല. ചോദ്യം അധികാരികതയുടേതാണ്. അവനവനോടു തന്നെയുള്ള ആത്മാർത്ഥതയുടെ പ്രശ്നമാണത്, സ്വന്തം സത്തയോടുള്ള ഉത്തരവാദിത്വത്തിന്റെ ചോദ്യം.

നിങ്ങൾ എന്തുചെയ്യുകയാണെങ്കിലും അതിലേക്ക് ധിഷണാവിശേഷം പ്രയോഗിക്കലാണ് ധ്യാനം എന്നു പറയുന്നത്, അപ്പോൾ പതുക്കെപ്പതുക്കെ നിങ്ങളുടെ ധിഷണ നിങ്ങൾക്ക് സ്വയം ഒരു വെളിച്ചമായിത്തീരുന്നു.

## പ്രദോഷമനനം

പരിമിതികളിൽ ജീവിക്കുക എന്നാൽ മ്ലാനതയിൽ ജീവിക്കലാണ്, അന്തസ്സില്ലാത്ത ഒരവസ്ഥയിൽ. അതൊരു അവമതിയാണ്, കാരണം നമ്മുടെ സത്തയ്ക്ക് ആകാശം മുഴുവനും ആവശ്യമാണ്, അപ്പോൾ മാത്രമേ അതിന് നൃത്തം ചെയ്യുവാനാകൂ, ഗാനം ആലപിക്കാനാവൂ. അല്ലാത്തപക്ഷം എല്ലാം മുരടിക്കുന്നു, പക്ഷവാതം പിടിച്ചു പോകുന്നു: പറക്കുവാൻ ഒരിടവുമില്ല, ചലിക്കുവാൻ ഒരിടവുമില്ല. എന്നാൽ മനുഷ്യൻ ജീവിക്കുന്നത് പരിമിതികളിലാണ്: ശരീരത്തിന്റെ പരിമിതി, മനസ്സിന്റെ പരിമിതി, വികാരങ്ങളുടേയും മനോഭാവങ്ങളുടേയും പരിമിതികൾ. പരിമിതകൾക്കുമേൽ പരിമിതികളാണിവയെല്ലാം.

ഈ പരിമിതികളെല്ലാം അതിവർത്തിക്കപ്പെടേണ്ടതുണ്ട്..... മനുഷ്യനൊരിക്കലും അതിർവരമ്പുകൾക്കുള്ളിൽ സംതൃപ്തനാകരുത്. എപ്പോഴെങ്കിലും ഒരു പരിമിതിക്കുള്ളിൽ എത്തുകയാണെങ്കിൽ അതിനപ്പുറം കടക്കുവാൻ ശ്രമിക്കുക. എല്ലാ അതിരുകളും അതിവർത്തിക്കപ്പെടുമ്പോൾ, നിങ്ങൾ ആനന്ദത്തിൽ എത്തിച്ചേരുമ്പോൾ, നിങ്ങൾ അസ്തിത്വത്തിൽ എത്തിച്ചേർന്നിരിക്കുന്നു, സ്വഭവനത്തിൽ എത്തിച്ചേർന്നിരിക്കുന്നു.

### പ്രഭാതമനനം

ധ്യാനം നിങ്ങളെ ആൾക്കൂട്ട മനശ്ശാസ്ത്രത്തിൽ നിന്ന് പുറത്തുകൊണ്ടുവരുന്നു. ആദ്യമത് നിങ്ങളെ മനുഷ്യനാക്കുകയും പിന്നീടത് നിങ്ങളെ മനുഷ്യാതീതത്തിലേക്ക്- ദൈവികതയിലേക്ക്- കൊണ്ടുപോവുകയും ചെയ്യുന്നു. എന്നാലത് കലാപമാണ്. അതിനാൽ ജനക്കൂട്ടത്തിനൊരിക്കലും ധ്യാനികൾക്ക് മാപ്പുകൊടുക്കാൻ കഴിഞ്ഞിട്ടില്ല, ഒരിക്കലും കഴിയുകയുമില്ല. ഞാനൊരു അശുഭവിശ്വാസിയല്ല; ഞാൻ അത്യധികം ശുഭാപ്തി വിശ്വാസിയാണ്, കാരണം മനുഷ്യരാശി വളരുന്നത് ഞാൻ കാണുന്നു, അത് പ്രായപൂർത്തിയിലേക്ക് വന്നുകൊണ്ടിരിക്കുന്നു. എന്നാൽ ഇതൊരു വസ്തുതയാണ്- ശുഭാപ്തിവിശ്വാസികൾക്കു പോലും അത് മറച്ചു വെയ്ക്കാനാവില്ല- അതായത് ആൾക്കൂട്ട മനശ്ശാസ്ത്രത്തിന് ഒരിക്കലും വ്യക്തിഗത മനഃശാസ്ത്രത്തിലേക്ക് ഉയരുവാൻ കഴിയില്ല. അതൊരല്പംകൂടി മെച്ചപ്പെട്ടതായിത്തീർന്നേക്കാം, എങ്കിലും വ്യക്തിയും ആൾക്കൂട്ടവും തമ്മിലുള്ള വ്യത്യാസമെപ്പോഴും സ്ഥിരമായിത്തന്നെ നിലനിൽക്കും. ആൾക്കൂട്ട മനഃശാസ്ത്രം ഒരല്പം ഉയരത്തിലേക്കു പോകുമ്പോൾ, വൈയക്തിക കലാപവും അല്പംകൂടി ഉയരത്തിലേക്കു പോവും. ആ അകലം എപ്പോഴും അതേപടി നിലനിൽക്കും.

വൃത്തികെട്ടതും ചീഞ്ഞുനാറുന്നതുമായ എല്ലാറ്റിനുമെതിരെ, മൃതമായ, അഴുകിയ എല്ലാറ്റിനുമെതിരെ കലാപം ചെയ്യുന്നത് യഥാർത്ഥത്തിൽ ഒരു സന്തോഷം തന്നെയാണ്. അതൊരാഹ്ളാദമാണ്, വെല്ലുവിളിയാണ്, അത് വളരുവാനുള്ള മഹത്തായ ഒരവസരംകൂടിയാണ്. വ്യക്തികൾ മാത്രമേ ദൈവികതയിലേക്ക് വളരുന്നുള്ളു; ഞാൻ ഉറപ്പിച്ചു, ഊന്നിപ്പറയുവാൻ ആഗ്രഹിക്കുകയും ചെയ്യുന്നു: വ്യക്തികൾക്ക് മാത്രമേ മതാത്മകരാകാൻ സാധിക്കുകയുള്ളു. മതത്തിന് ഒരിക്കലും ഒരു ജനവിഭാഗമായി, ഒരു സഭയായി

പ്രവർത്തിക്കുവാൻ കഴിയില്ല. അതൊരു സഭയായി, ഒരു സമുദായമായി, ഒരു പ്രത്യേക ആചാരാനുഷ്ഠാനങ്ങളോടുകൂടിയ ഒരു വിഭാഗമായിത്തീരുന്ന നിമിഷം അത് മതമേയല്ല. അത് കേവലം മുഖപടമണിഞ്ഞ അധികാരരാഷ്ട്രീയം മാത്രമാണ്.

## പ്രദോഷമനനം

താമര വളരുന്നത് ചെളിയിൽ നിന്നുമാണ്- അതി മനോഹരമായ ആ പുഷ്പം വൃത്തികെട്ട, അഴുക്കു പിടിച്ച ചെളിയിൽ നിന്നത്രെ. അതിനർത്ഥം ആ വൃത്തികെട്ട ചെളി മനോഹരമായ ചിലതിനെ ഉൾക്കൊള്ളുന്നവെന്നാണ്. അതിനാൽ അഴുക്കുള്ള ചെളി നിരാകരിക്കപ്പെടരുത്, അത് താമരപ്പൂക്കളെ ഉൾക്കൊള്ളുന്നു. ഈ മനോഹരപുഷ്പം, ഇത്രയും വർണ്ണാഭമായ, ഇത്രയും സൗരഭ്യ സുരഭിലമായ, അതിലോലമായ ഈ പുഷ്പം നിത്യസാധാരണമായ ഈ ചെളിയിൽ നിന്ന് വന്നതാണെന്ന് ഒരാൾക്ക് സങ്കല്പിക്കാനാവില്ല.

മനുഷ്യനും ഇങ്ങിനെയാണ്. അവൻ ജനിക്കുന്നത് നിത്യസാധാരണമായ ചെളിയായിട്ടാണ്, എന്നാൽ മനുഷ്യനിൽ ഒരു താമര അടങ്ങിയിട്ടുണ്ട്- കേവലം വിത്തിന്റെ രൂപത്തിൽ. മനുഷ്യൻ നിരസ്സിക്കപ്പെടരുത്, മനുഷ്യൻ സ്വീകരിക്കപ്പെടുകയും പരിവർത്തിപ്പിക്കപ്പെടുകയും ചെയ്യണം. ഈ ലോകം നിരാകരിക്കപ്പെടരുത്, കാരണം, അനന്തസുന്ദരമായ ചിലത് അതിൽ ഉള്ളടങ്ങിയിട്ടുണ്ട്. അത് ഉപരിതലത്തിൽ കാണുകയില്ല, അതിനെ ഉപരിതലത്തിലേക്ക് കൊണ്ടുവരേണ്ടതുണ്ട്.

അതിനാൽ ഞാൻ യാതൊന്നിനും എതിരല്ല: ശരീരത്തിനെതിരല്ല, ഇഹലോകത്തിനെതിരല്ല, ബാഹ്യത്തിനെതിരല്ല, ഞാനൊന്നിനുമെതിരല്ല. എങ്കിലും എല്ലാറ്റിനെയും പരിവർത്തിപ്പിക്കുന്നതിനു വേണ്ടിയാണ് ഞാൻ നിലകൊള്ളുന്നത്. അസ്തിത്വം നൽകിയിട്ടുള്ളതെന്തായാലും അത് വിലപിടിച്ചതാണ്; നമുക്കതിന്റെ വില മനസ്സിലാക്കുവാൻ കഴിയുന്നില്ലെങ്കിൽ, അത് നമ്മുടെ കുറ്റമാണ്, നമ്മുടെ പരിമി

തമായ വീക്ഷണത്തിന്റെ കുറ്റമാണ്.

താമരയെക്കുറിച്ച് ഓർമ്മിച്ചിരിക്കേണ്ട രണ്ടാമതൊരു കാര്യവുമുണ്ട്: അത് ജലത്തിൽ ജീവിക്കുന്നു, എങ്കിലും അത് ജലത്താൽ സ്പർശിക്കപ്പെടുന്നില്ല. അതിന്റെ ദളങ്ങൾ അത്രയും വെൽവെറ്റുപോലുള്ളതായതിനാൽ ആ ദളങ്ങളിൽ മഞ്ഞുതുള്ളികൾ അടിഞ്ഞുകൂടിയാലും അവ വേറിട്ടു തന്നെ നിലകൊള്ളുന്നു, അവ അതിനെ നനയ്ക്കുന്നില്ല.

ലോകത്തിൽ തന്നെ ജീവിക്കുക, എന്നാൽ ലോകം നിങ്ങളിലേക്ക് പ്രവേശിക്കുവാൻ അനുവദിക്കാതിരിക്കുക. ലോകത്തിൽ തന്നെ വർത്തിക്കുക എന്നാൽ ലോകത്തിന്റേതായി വർത്തിക്കാതിരിക്കുക. അകന്നുമാറി നിലകൊള്ളുക, ശീതളമായി നിലകൊള്ളുക, നിസംഗിയായി നിലകൊള്ളുക. അപ്പോൾ ലോകത്തിന് നിങ്ങളെ പഠിപ്പിക്കുവാൻ ഒരുപാടു കാര്യങ്ങളുണ്ട്. ഈ ലോകം എന്നത് അസ്തിത്വത്തിന്റെ ഒരു തന്ത്രമാണ്: വളരുവാനും പക്വമാകുവാനുമുള്ള ഒരു സന്ദർഭമാണത്.

## പ്രഭാതമനനം

മനുഷ്യന്റെ പരിണാമമാകെത്തന്നെ അല്പം ചില ആളുകളെ ആശ്രയിച്ചാണിരിക്കുന്നത്; നമുക്കവരെ നമ്മുടെ വിരലുകളിൽ എണ്ണാൻ കഴിയും, ജനക്കൂട്ട ങ്ങൾ ഒന്നും തന്നെ സംഭാവന ചെയ്തിട്ടില്ല. അവർ മൃതമായ ഒരു ഭാരംപോലെയായിരുന്നു. അവർ വിഘാ തമാവുകയാണ് ചെയ്തത്, സഹായകമായിട്ടില്ല. ആൾക്കൂട്ട മനസ്സ് എന്നും പുതുമയ്ക്ക് എതിരായിരു ന്നു. അവർ യേശുവിനെ കുരിശിലേറ്റിയതിനു കാര ണം അദ്ദേഹം കേവലം അത്രയും പുതിയതായിരുന്നു, അദ്ദേഹം സംസാരിച്ചിരുന്നതുപോലെ മുമ്പൊരിക്കലും ആരും സംസാരിച്ചിരുന്നില്ല; അദ്ദേഹം പെരുമാറിയി രുന്നതുപോലെ ആരും ഒരിക്കലും പെരുമാറിയിരു ന്നില്ല. ആൾക്കൂട്ടത്തിന് അദ്ദേഹത്തെ സഹിക്കാനാ യില്ല- അത്രയും മനോഹരനായ ഒരു മനുഷ്യൻ, അത്രമാത്രം സ്നേഹസമ്പന്നൻ, ആകർഷണീയൻ- എന്നാൽ ജനക്കൂട്ടം അദ്ദേഹത്തെ ക്രൂശിക്കുവാൻ തീരുമാനിച്ചു. പക്ഷേ എന്നും അതുതന്നെയായിരുന്നു അവസ്ഥ, അവർ സോക്രട്ടീസിനോടും മൻസൂറി നോടും അതുതന്നെയാണ് ചെയ്തത്.

പുതുമയെ അസ്തിത്വത്തിലേക്കു കൊണ്ടുവരുന്ന, ഒരു അതീതത്തിന്റെ വാഹനമായിത്തീരുന്ന ഒരുവൻ ഉണ്ടാകുമ്പോഴൊക്കെയും, അയാളുടെ ജീവൻ അപ കടത്തിലാണ്. കാരണം, ജനക്കൂട്ടത്തിന് തോന്നുന്നു, തങ്ങൾ അപമാനിക്കപ്പെട്ടുവെന്ന്, തങ്ങളോട് ഇയാൾ തെറ്റു ചെയ്തുവെന്ന്. അവരുടെ അഹംബോധങ്ങൾ മുറിപ്പെടുന്നു. എന്നാൽ വിചിത്രമായ കാര്യമിതാണ്: കൊല്ലപ്പെടുകയും ജനങ്ങളാൽ പീഡിപ്പിക്കപ്പെട്ട് വധി ക്കപ്പെടുകയും ചെയ്ത ഈ ചുരുക്കം ആളുകളാണ് മനുഷ്യവർഗ്ഗത്തിന്റെ ആകെ ഉന്നമനത്തിന് ഹേതു

വായിത്തീർന്നിട്ടുള്ളത്; ഇപ്പോഴും അപൂർണ്ണമായി തന്നെയിരിക്കുന്ന ഈ ക്ഷേത്രത്തിന്റെ അടിക്കല്ലുകൾ അവരാണ്. ഇനിയും പല ജീവത്യാഗങ്ങളും ആവശ്യമായി വരും, പല യേശുമാരും ക്രൂശിക്കപ്പെടേണ്ടതായിവരും, ഇനിയും പല സോക്രട്ടീസുമാരും വിഷം നൽകപ്പെട്ട് വധിക്കപ്പെടേണ്ടിവരും.

## പ്രദോഷമനനം

മനുഷ്യൻ സാധാരണയായി ജീവിക്കുന്നത് അന്ധകാരത്തിലാണ്. നാം ജനിക്കുന്നത് അന്ധകാരത്തിലാണ്. വാസ്തവത്തിൽ, തുടക്കത്തിൽ അന്ധകാരം ഒരടിസ്ഥാനാവശ്യമാണ്. അമ്മയുടെ ഗർഭപാത്രത്തിൽ അന്ധകാരമാണുള്ളത്. അതാവശ്യമാണ്, കാരണം വളരുന്ന കുഞ്ഞിന് പ്രകാശം ഒരലോസരമായിരിക്കും. കുഞ്ഞ് അത്രയും ലോലമാണ്, മൃദുവാണ്; അതിനുചുറ്റും വെൽവെറ്റു പോലെയുള്ള ഇരുട്ട് ആവശ്യമാണ്. കൂടാതെ കുഞ്ഞ് അമ്മയുടെ ഗർഭപ്രാത്രത്തിൽ ദിവസം ഇരുപത്തിനാലുമണിക്കൂറും ഉറക്കത്തിലുമാണ്. ആ ഒമ്പതു മാസങ്ങളിലും യാതൊരലോസരവും ഉണ്ടാകാതിരിക്കേണ്ടതാവശ്യമാണ്. കാരണം കുഞ്ഞ് അത്രകണ്ട് വളരുകയാണ്, അല്ലാത്തപക്ഷം ഊർജ്ജം ദിശമാറിപ്പോകും. തുടക്കത്തിലെല്ലാം അന്ധകാരത്തിലാണ് വളരുന്നത്. നിങ്ങൾ വിത്തു നടുമ്പോൾ ഒരല്പം മണ്ണ് കുഴിച്ചു മാറ്റുന്നു, അതിനകത്താണ് വിത്തിടുന്നത്. വെറുതെ നിലത്തേക്ക് ആ വിത്തിടുകയാണെങ്കിൽ അത് വളരണമെന്നില്ല. കാരണം ഇവിടെ വളരെയധികം വെളിച്ചമുണ്ട്, അതിന് ആ ഗർഭപാത്രം ആവശ്യമാണ്, ഭൂമിയുടെ ഗർഭപാത്രത്തിലാണത് വളരുന്നത്- അവിടെ അന്ധകാരമാണ്. ഒരിക്കൽ വിത്ത് വളർന്നു തുടങ്ങിയാൽ അത് മണ്ണിനു മുകളിലേക്കു വരുന്നു. അതിനുശേഷം അത് സൂര്യനിലേക്ക്, ചന്ദ്രനിലേക്ക്, നക്ഷത്രങ്ങളിലേക്ക് എത്തുവാൻ വെമ്പുന്നു.

ഒരു കുട്ടി ജനിച്ചു കഴിഞ്ഞാൽ, ഭൗതികമായി അത് വെളിച്ചത്തിലേക്ക് വരുന്നുവെങ്കിലും ആദ്ധ്യാത്മികമായി അവനപ്പോഴും അന്ധകാരത്തിൽ തന്നെയാണ് നിലനിൽക്കുന്നത്. ആ അന്ധകാരത്തെ തുടച്ചു നീക്കുവാൻ ധ്യാനത്തിലൂടെ മാത്രമേ സാധിക്കുകയുള്ളു. അതുകൊണ്ട് ധ്യാനം നിങ്ങൾക്ക് ഒരു രണ്ടാം

ജന്മം നൽകുന്നു. ഒന്നാമത്തെ ജനനം ഭൗതികമാണ്, രണ്ടാമത്തേത് ആദ്ധ്യാത്മികവും. ഭൗതികമായി നിങ്ങൾ വെളിച്ചത്തിലാണ്, എന്നാലിപ്പോൾ നിങ്ങൾക്ക് മറ്റൊരു ജന്മംകൂടി ആവശ്യമാണ്. അങ്ങനെ മനഃശാസ്ത്രപരമായി, ആദ്ധ്യാത്മികപരമായി കൂടി നിങ്ങൾ പൂർണ്ണവെളിച്ചത്തിൽ എത്തേണ്ടതുണ്ട്.

വെളിച്ചം എന്നത് അസ്തിത്വത്തിന്റെ മറ്റൊരു പേരാണ്. നിങ്ങൾ ആ പ്രകാശത്തിലേക്ക് ജനിച്ചു വീഴുന്ന നിമിഷം നിങ്ങൾ ബോധപ്രാപ്തനാവുന്നു, സ്വയം പ്രകാശിതനാവുന്നു. നിങ്ങൾ രണ്ടല്ലാതാവുന്നു: നിങ്ങൾ ദർശകനും പ്രകാശത്തെ ദർശിക്കുകയുമല്ല, നിങ്ങൾ ഒന്നായിത്തീരുന്നു, നിങ്ങൾ ആ പ്രകാശമാകുന്നു.

### പ്രഭാതമനനം

നൈസർഗ്ഗികമായി ജീവിക്കുക, പ്രതിനിമിഷം. ഈ നിമിഷം തന്നെയെല്ലാം, ഭൂതകാലം ഒഴിവാക്കപ്പെടണം, വിസ്മരിക്കപ്പെടണം, കാരണം അത് ഇനിയില്ല, ഭാവിയെക്കുറിച്ച് വേവലാതിപ്പെടേണ്ടതുമില്ല. എന്തുകൊണ്ടെന്നാൽ അതിനിയും വന്നെത്തിയിട്ടില്ല. അപ്പോഴാകെ അവശേഷിച്ചിട്ടുള്ളത് ഈ സുന്ദരമായ നിമിഷം മാത്രം. ഈ നിമിഷത്തിൽ ആഹ്ളാദം കൊള്ളുക, ഈ നിമിഷത്തെ സമ്പൂർണ്ണമായി ജീവിക്കുക, ഈ നിമിഷമാണ് ദൈവത്തിലേക്കുള്ള കവാടമായിത്തീരുന്നതും.

ദൈവം ഒരു സമയത്തെ മാത്രമേ അറിയുന്നുള്ളു, അത് ഇപ്പോൾ ആണുതാനും. ദൈവത്തിന് ഒരിടം മാത്രമേ അറിയൂ, അത് ഇവിടെ ആണ്. ദൈവമെപ്പോഴും ഇപ്പോൾ ഇവിടെ ആണ്. അതിനാൽ ഒരിക്കൽ നിങ്ങൾ ഭൂതകാലത്തിൽ നിന്നും ഭാവിയിൽ നിന്നും സ്വയം പിൻവലിയുകയാണെങ്കിൽ ദൈവം മാത്രമാണവശേഷിക്കുന്നത്. പ്രാർത്ഥിക്കേണ്ട ആശ്യമില്ല, മതഗ്രന്ഥങ്ങളിലേക്കു പോകേണ്ടതില്ല, അത്തരം മണ്ടത്തരങ്ങളായ ആത്മവിദ്യാബോധനങ്ങളൊന്നും കുഴിച്ചുനീക്കി പോകേണ്ട കാര്യമില്ല; ഒരുവന് വളരെ ലളിതമായി വർത്തിക്കുവാനും ഒരു ഒച്ചപ്പാടും ബഹളവുമില്ലാതെ സത്യം കണ്ടെത്തുവാനും കഴിയും. ദൈവശാസ്ത്രം മുഴുവൻ അനാവശ്യമായൊരു ഒച്ചപ്പാടുമാത്രമാണ്, കാര്യം ഒന്നുമില്ലാതെ കലമ്പൽ കൂട്ടൽ.

ഇതാണ് എന്റെ സമീപനം: വർത്തമാനത്തിൽ സമ്പൂർണ്ണമായി ജീവിക്കൽ. മറ്റു യാതൊന്നും ആവശ്യമില്ല.

## പ്രദോഷമനനം

പക്ഷികളിൽ നിന്ന്, അവയുടെ പാട്ടുകൾ പഠിക്കുക; വൃക്ഷങ്ങളിൽ നിന്ന് അവയുടെ നൃത്തം പഠിക്കുക, പുഴകളിൽ നിന്ന് അവയുടെ സംഗീതം പഠിക്കുക. അങ്ങനെ ഒരിക്കൽ നിങ്ങൾ സ്വയം തുറന്നവനായി കഴിഞ്ഞാൽ, നിങ്ങളതിശയപ്പെടും: ഈ അസ്തിത്വമാകെ അത്തരം ഒരു കാവ്യാത്മകപ്രതിഭാസമാണ്!

അതിന്റെയെല്ലാം അർത്ഥമന്വേഷിച്ചു പേകേണ്ട കാര്യമില്ല; അപ്പോഴത് തത്വശാസ്ത്രപരമായ ഒരന്വേഷണമായിത്തീരുന്നു. ''ഇതിന്റെ അർത്ഥമെന്താണ്?'' എന്ന് നിങ്ങൾ ചോദിക്കുന്ന നിമിഷം നിങ്ങൾ കവിതയിൽ നിന്ന് വഴിമാറി. എന്നാൽ ''ഈ വൃക്ഷം ഇങ്ങനെ കാറ്റിൽ ആടുന്നതിന്റെ അർത്ഥമെന്ത്?'' എന്നൊന്നും ചോദിക്കാതെ നിങ്ങൾ ഒരു വൃക്ഷത്തോടൊപ്പം നൃത്തം ചെയ്യുവാൻ തുടങ്ങുന്ന നിമിഷം നിങ്ങൾ കാവ്യാത്മകനായിത്തീരുകയാണ്. എന്നാൽ ആ ദിവ്യാത്ഭുതം, അത്ഭുതങ്ങളിൽ അത്ഭുതം എന്തെന്നാൽ അർത്ഥത്തെപ്പറ്റി ഗൗനിക്കാതിരിക്കുന്നവൻ ഉടനടി അതു കണ്ടെത്തുന്നു. വൃക്ഷങ്ങളോടൊപ്പം നൃത്തം ചെയ്യുക, പക്ഷികളോടൊപ്പം പാട്ടുപാടുക, സമുദ്രത്തിൽ നീന്തുക, അപ്പോൾ നിങ്ങൾ ആ അർത്ഥം കണ്ടെത്തും- അതന്വേഷിച്ചു പോകാതെ തന്നെ. കേവലം ഈ മനോഹരമായ അസ്തിത്വത്തിന്റെ ഭാഗമായിത്തീരുക. നിങ്ങളുടെ ഗാനം ആലപിക്കുക, എന്തുകൊണ്ടെന്നാൽ ഇവിടെ ഓരോരുത്തരും എത്തിയിട്ടുള്ളത് ഹൃദയത്തിൽ ഒരു ഗാനവുമായിട്ടാണ്, അതാലപിക്കാത്തിടത്തോളം നിങ്ങൾ സഫലീകരിക്കപ്പെടാതെ നിലനിൽക്കും. നിങ്ങൾ നിങ്ങളുടേതായ ആ കാര്യം ചെയ്യേണ്ടതുണ്ട്- അതാണ് നിങ്ങളുടെ

ഗാനം ആലപിക്കുക എന്നതുകൊണ്ട് ഞാനുദ്ദേശിക്കുന്നത്. എന്ത് ചെയ്യണമെന്നാണോ നിങ്ങൾക്കു തോന്നുന്നത് അത് ചെയ്യുക! മറ്റുള്ളവർ എന്തു പറയുന്നു എന്നതിനെക്കുറിച്ച് ഗൗനിക്കാതിരിക്കുക. അതപ്രസക്തമാണ്. ഇതാണ് ഞാൻ ചെയ്യാൻ പോവുന്നതെന്നതിൽ ഉറച്ചു നിൽക്കുക, അനന്തരഫലം എന്തുതന്നെയായാലും. അതിൽ ഒത്തുതീർപ്പ് ആകരുത്. ഒരു കവി യഥാർത്ഥത്തിൽ ഒരു കലാപകാരിയാണ്, അയാളൊരിക്കലും ഒത്തുതീർപ്പിനു വഴങ്ങുന്നില്ല. ഒത്തുതീർപ്പിനു വഴങ്ങുകയാണെങ്കിൽ, അയാൾ കവിയല്ല, കച്ചവടക്കാരനാണ്. ഒത്തുതീർപ്പിനു നിങ്ങൾ വഴങ്ങുന്നില്ലെങ്കിൽ, നിങ്ങളുടെ പ്രേമം ചാട്ടങ്ങളായും കുതിപ്പുകളായും വളർന്നുകൊണ്ടിരിക്കും. നിങ്ങളുടെ ഗാനം ആലപിക്കുക, അപ്പോൾ നിങ്ങൾക്കുള്ളിലെ മറഞ്ഞിരിക്കുന്ന സ്രോതസ്സുകളിൽ നിന്നും പ്രേമം ഉറവയെടുത്തു വരുന്നത് നിങ്ങൾ കണ്ടെത്തും. അത് നിങ്ങളിൽ നിറഞ്ഞു കവിഞ്ഞൊഴുകുവാൻ തുടങ്ങുകയും മറ്റുള്ളവരിലേക്ക് എത്തിച്ചേരുകയും ചെയ്യും.

## 27

## പ്രഭാതമനനം

ഓരോ നിമിഷവും രണ്ട് കാര്യങ്ങളിൽ ഒന്ന് നിങ്ങൾക്ക് സമ്മാനിക്കുന്നു: ഒന്നുകിൽ വിഷാദവാനായി വർത്തിക്കുക, അല്ലെങ്കിൽ ആനന്ദവാനായി വർത്തിക്കുക. തെരഞ്ഞെടുക്കേണ്ടത് നിങ്ങളാണ്.

ഒരു ഹസിഡ് ഗുരു മരിക്കുകയായിരുന്നു. അദ്ദേഹത്തിന്റെ ശിഷ്യന്മാർ ചോദിച്ചു, ''ആ രഹസ്യം ഇപ്പോൾ ഞങ്ങളോട് പറയുക, ഏതാണ്ട് അമ്പതു വർഷത്തോളമായി ഞങ്ങൾ അങ്ങയെ നിരീക്ഷിക്കുന്നു, ഞങ്ങളൊരിക്കലും അങ്ങയെ ദുഃഖിതനായി കണ്ടിട്ടില്ല, ഒരു നിമിഷത്തേക്കുപോലും. ഞങ്ങളുടെ മാതാപിതാക്കന്മാരും മുത്തച്ഛന്മാരും പറഞ്ഞ് ഞങ്ങൾ കേട്ടിട്ടുണ്ട്, അങ്ങയുടെ യൗവ്വനകാലത്ത് അങ്ങൊരു ഗൗരവക്കാരനും, വിഷാദവാനുമായ വ്യക്തിയായിരുന്നുവെന്ന്. പിന്നീടെന്താണ് സംഭവിച്ചത്? എങ്ങനെയാണ് അങ്ങ് ഇത്രയും പ്രസന്നവാനായിത്തീർന്നത്?''

അദ്ദേഹം പറഞ്ഞു, ''അവർ പറഞ്ഞത് ശരിതന്നെ; പതിമൂന്നാം വയസ്സുവരെ ഞാനൊരു വിഷാദിയും ഗൗരവക്കാരനുമായിരുന്നു. ഒരു സുപ്രഭാതത്തിൽ ഞാൻ വിചാരിച്ചു, 'ഞാനെന്താണ് ഈ ചെയ്തുകൊണ്ടിരിക്കുന്നത്? എന്തിനാണ് ഞാൻ ഇങ്ങനെ വിഷാദിയായും ഗൗരവപ്രകൃതിയായും കഴിയുന്നത്? എന്തിനു ഞാനിങ്ങനെ എന്റെ ഊർജ്ജങ്ങളെ പാഴാക്കുന്നു?

ഇന്ന് ഒന്നു ശ്രമിച്ചു നോക്കാം, വെറുമൊരു മാറ്റത്തിനുവേണ്ടി, ഒന്നു പ്രസന്നനായി നോക്കാം.' ഞാൻ ശ്രമിച്ചു, അത് ഫലിക്കുകയും ചെയ്തു! അന്നുമുതൽ എല്ലാ പ്രഭാതത്തിലും ഉണർന്നെഴുന്നേൽക്കുമ്പോൾ ഞാൻ സ്വയം ചോദിക്കുന്നു, 'സുശ്യാ'– സുശ്യാ എന്നായിരുന്നു അദ്ദേഹത്തിന്റെ പേര്– 'ഇന്ന് നിനക്കെന്താണ് വേണ്ടത്? വിഷാദിയാവണോ, ഗൗരവക്കാരനും ദുഃഖിതനുമായിരിക്കണമോ, അതോ ആനന്ദവാനാകണമോ?' എന്നാൽ എപ്പോഴും ഞാൻ തെരഞ്ഞെടുക്കുന്നത് ആനന്ദവാനാകുവാനാണ്. അന്നുമുതൽ ഞാൻ ആനന്ദവാനായി വർത്തിച്ചുകൊണ്ടിരിക്കുന്നു.''

ഈ മനുഷ്യൻ, സുശ്യായുമായി തികച്ചും ഞാൻ യോജിക്കുന്നു. അദ്ദേഹം പറഞ്ഞത് തീർച്ചയായും ശരിയാണ്: അതൊരു തെരഞ്ഞെടുപ്പിന്റെ മാത്രം പ്രശ്നമാണ്.

അതിനാൽ നാളത്തെ പ്രഭാതംമുതൽ അതു ശ്രമിച്ചു നോക്കുക. നിങ്ങൾ വേണ്ടത്ര ഗൗരവക്കാരനായിരുന്നിട്ടുണ്ട്, ഇനി മതിയാക്കുക. അല്ലെങ്കിൽ ഇപ്പോൾത്തന്നെ തുടങ്ങാം. നാളെവരെ കാത്തിരിക്കേണ്ട ആവശ്യമില്ല. കാരണം– ആർക്കറിയാം? – നാളെ ഒരിക്കലും വന്നെത്താതിരിക്കാം. ഏതായാലും അതൊന്നു ശ്രമിച്ചു നോക്കുക. എന്നെ വിശ്വസിച്ചു കൊള്ളുക, നിങ്ങളതിഷ്ടപ്പെടും.

## പ്രദോഷമനനം

നിങ്ങൾ നിശ്ശബ്ദനാവുമ്പോൾ നിങ്ങളുടെ സാധ്യതാശേഷി നിങ്ങളോടു മന്ത്രിക്കുന്നു, സംസാരിച്ചു തുടങ്ങുന്നു. ആ നിമന്ത്രണങ്ങൾ തികച്ചും നിസ്സന്ദേഹമാണ്– അവിടെ എങ്കിലുകളും എന്നാലുകളും ഇല്ല. ഹൃദയത്തിനവയെ അറിയില്ല, അത് കേവലം പറയുന്നു, ഇതാണ് നിങ്ങളുടെ നിയോഗം: ഒരു ചിത്രകാരനോ, കവിയോ, ശില്പിയോ, നർത്തകനോ അല്ലെങ്കിൽ ഒരു സംഗീതജ്ഞനോ ആയിത്തീരുക. അത് കേവലം നിങ്ങളോടു പറയുന്നു, ഇങ്ങനെയാണു നിങ്ങൾ സഫലീകൃതനാവുന്നത്. അത് നിങ്ങളെ അനുശാസിക്കുവാൻ തുടങ്ങുന്നു.

ഒരു ഗുരുവിന്റെ പ്രവർത്തനം നിങ്ങളെ നിശ്ശബ്ദനായി വർത്തിക്കുവാനും അതുവഴി നിങ്ങൾക്ക് നിങ്ങളുടെ ആന്തരിക നിമന്ത്രണങ്ങളെ കേൾക്കുവാനും സാധിക്കുവാൻ നിങ്ങളെ സഹായിക്കലാണ്. അപ്പോൾ നിങ്ങളുടെ ജീവിതം ഒരു ആന്തരികമായ അച്ചടക്കത്തിലൂടെ നീങ്ങുവാൻ തുടങ്ങുന്നു. അതിനാൽ ഞാൻ നിങ്ങൾക്ക് യാതൊരു ബാഹ്യശിക്ഷണവും നൽകുന്നില്ല, ഒരു ചിട്ടയും നൽകുന്നില്ല. നിങ്ങളെ നിങ്ങളുടെ ഉൾക്കാഴ്ച കണ്ടെത്തുവാൻ സഹായിക്കുകയാണ് ഞാൻ ചെയ്യുന്നത്. അത് കണ്ടെത്തിക്കഴിഞ്ഞാൽ നിങ്ങൾ സ്വതന്ത്രനാണ്, നിങ്ങൾ സ്വാതന്ത്ര്യത്തിൽ നീങ്ങുന്നു. അതിനാൽ സന്യാസം ഒരു ബന്ധനമല്ല, അതൊരു ആചാരമോ അനുഷ്ഠാനമോ അല്ല. അതൊരു സ്വാതന്ത്ര്യ പ്രഖ്യാപനമാകുന്നു, വൈയക്തികതയുടെ, പ്രേമത്തിന്റെ, സൃഷ്ടിപരതയുടെ പ്രഖ്യാപനം.

### പ്രഭാതമനനം

നാം പഴയ ആളുകളാൽ പഴമയ്ക്കനുസൃതമായി ജീവിക്കുവാൻ, പഴമയ്ക്കുവേണ്ടി ജീവിക്കുവാൻ, പഴയതിനുവേണ്ടി നമ്മെ സ്വയം ബലി കഴിച്ചുകൊണ്ട് ജീവിക്കുവാൻ അനുശീലിപ്പിക്കപ്പെടുന്നു. അതിന്റെ അർത്ഥം നമ്മുടെമേൽ ശ്മശാനം ആധിപത്യം വഹിക്കുന്നുവെന്നാണ്, നമ്മുടെ ജീവിതം നിരന്തരം പിന്നോക്കം വലിക്കപ്പെടുന്നുവെന്നാണ്. ഇതല്ല ജീവിക്കുവാനുള്ള ശരിയായ വഴി. അത് സാവധാനത്തിൽ ആത്മഹത്യ ചെയ്യുവാനുള്ള നല്ലൊരു മാർഗ്ഗമായിരിക്കാം, പക്ഷേ, ജീവിക്കുവാനുള്ള വഴിയല്ല.

ആധികാരികമായി ജീവിക്കുവാൻ ഒരുവൻ ഓരോ നിമിഷവും, നിരന്തരം ഭൂതകാലത്തെ സംബന്ധിച്ച് മരിച്ചുകൊണ്ടേയിരിക്കണം; അങ്ങനെ ഓരോ നിമിഷത്തിലും അവൻ പുതുതും ഉന്മേഷവാനുമായിരിക്കുന്നു, പ്രഭാതസൂര്യനിൽ വെട്ടിത്തിളങ്ങുന്ന മഞ്ഞുതുള്ളിയെപ്പോലെ പുതുമയുള്ളവനും ഉന്മേഷവാനും, താമരപ്പൊയ്കയിൽ ഇപ്പോൾ വിടർന്നുകൊണ്ടിരിക്കുന്ന ഇന്ദീവരദളം പോലെ പുതുമയേറിയതും, ഉന്മേഷവാനും. ഓരോ നിമിഷവും നവമായിരിക്കണം, യുവം, സജീവം, നിഷ്കളങ്കം, ഭൂതകാലത്തിന്റെ ഭാരമൊഴിഞ്ഞത്.

ജീവിതം അത്രയധികം വിസ്മയങ്ങളാണ് കൊണ്ടുവരുന്നത്, അത്രയേറെ അതിശയങ്ങൾ, അത്രയേറെ പാരിതോഷികങ്ങൾ; തിരിച്ചു നൽകുവാൻ യാതൊരു മാർഗ്ഗവും ഇല്ലാത്തവിധത്തിലുള്ള സമ്മാനങ്ങൾ. കൃതജ്ഞതാശ്രുക്കൾ മാത്രമാണ്, നന്ദി തുടിക്കുന്ന ഒരു ഹൃദയം മാത്രമാണ്- അതുമാത്രമാണ്- ആകെ നമുക്ക് നൽകാൻ കഴിയുന്നത്.

## പ്രദോഷമനനം

ചില കാര്യങ്ങൾ സർവ്വസാധാരണമാണെന്നും മറ്റു ചില കാര്യങ്ങൾ പുണ്യമാണെന്നും വിചാരിക്കാതിരിക്കുക. ആഹ്ളാദിക്കുന്നതെങ്ങനെ എന്നറിയുന്നവനെ സംബന്ധിച്ചിടത്തോളം എല്ലാ കാര്യങ്ങളും പുണ്യമാണ്, പവിത്രമാണ്. ലോകവും ദൈവവും തമ്മിലൊരു വിഭജനമില്ല- എല്ലാം ദൈവികത തന്നെ. ഒരുപക്ഷേ ലോകമെന്നത് അഭിവ്യജ്ഞിത ദൈവവും, ദൈവമെന്നത് അനഭിവ്യജ്ഞിത ലോകവും ആകുന്നു. ഒരുവൻ ആഹ്ലാദിക്കുമ്പോൾ അഭിവ്യജ്ഞിതവും അനഭിവ്യജ്ഞിതവും തമ്മിൽ എന്തിനൊരു ഭിന്നത ഉണ്ടാക്കുന്നു? പുഷ്പം അഭിവ്യജ്ഞിതമായ വിത്തും, വിത്ത് അനഭിവ്യജ്ഞിതമായ പുഷ്പവുമാണ്- അവ ഏകമാണ്. അതുപോലെ തന്നെയാണ് ഇഹലോകവും പരലോകവും, ഈ തീരവും ആ തീരവും. ഭൗതികവാദമെന്നും, ആദ്ധ്യാത്മിക വാദമെന്നും രണ്ടായി വേർതിരിക്കേണ്ട ആവശ്യമില്ല- അവയെല്ലാം ഒരുമിച്ചു തന്നെ ഇരിക്കുന്നു.

അതിനാൽ നിസ്സാരമെന്നു തോന്നുന്ന കൊച്ചു കൊച്ചു കാര്യങ്ങളിൽ ആഹ്ലാദം കൊള്ളുക: ഒരു ജലധാരയിൽ കുളിക്കുമ്പോൾ, അല്ലെങ്കിൽ ഒരു ചായ കുടിക്കുമ്പോൾ. ഒരു വൈരുദ്ധ്യവും വരുത്താതിരിക്കുക. ആനന്ദവാനാകുന്നതെങ്ങനെ എന്നറിയുന്ന ഒരു മനുഷ്യനെ സംബന്ധിച്ചിടത്തോളം ഒരു ചായ കുടിക്കുന്നത് ഏതൊരു പ്രാർത്ഥനയും എന്നതുപോലെ തന്നെ പവിത്രമായ കാര്യമാണ്; അവന്റെ ഉറക്കവും ഏതൊരു മതാത്മകമായ പ്രവൃത്തിയും പോലെതന്നെ വിശുദ്ധമാണ്.

പ്രസന്നത ഒരു പുതുദർശനം കൊണ്ടുവരുന്നു, ഒരു പുതിയ പരിപ്രേക്ഷ്യം. അത് ലോകത്തെ മുഴുവ

നും പരിവർത്തിപ്പിക്കുന്നു. അപ്പോൾ വിറക് കീറുന്നതും വെള്ളം കോരുന്നതും എത്രയും മഹത്തായ കാര്യങ്ങൾ പോലെതന്നെ മനോഹരമാണ്.

അതിനാൽ ദുഃഖിതനും ഗൗരവക്കാരനുമാകാതിരിക്കുക. ചിരിച്ചുകൊണ്ട്, ആടുകയും പാടുകയും ചെയ്തുകൊണ്ട്, എളിയതും ലളിതവുമായ ഒരു രീതിയിൽ നിങ്ങളുടെ ജീവിതം നയിക്കുക; അത് മെച്ചപ്പെടുത്തുവാനുള്ള മോഹം കൂടാതെ, എന്തെങ്കിലും നേടുവാനുള്ള അഭിലാഷം കൂടാതെ; കാരണം ജീവിതമതിന്റെ സാധാരണത്വത്തിൽ തന്നെ അതീവ സുന്ദരമാണ്. ഏതെങ്കിലും തരത്തിലുള്ള മെച്ചപ്പെടുത്തൽ ആ സൗന്ദര്യം നശിപ്പിക്കുകയേയുള്ളു.

### പ്രഭാതമനനം

മനുഷ്യൻ ഒരു ക്ഷേത്രമാണ്. എന്നാൽ പുറമേ നിന്നുകൊണ്ട് ആ ഭിത്തികൾ മാത്രമേ നിങ്ങൾക്കു കാണുവാൻ കഴിയുകയുള്ളു. മറ്റുള്ളവർ നിങ്ങളെ പുറത്തു നിന്നാണ് കാണുന്നതെന്നുമാത്രമല്ല നിങ്ങ ളും നിങ്ങളെ കാണുന്നത് പുറത്തുനിന്നു തന്നെയാണെ ന്നുള്ളത് വളരെ വിചിത്രമായിരിക്കുന്നു. നിങ്ങളുടെ മുഖം കണ്ടെത്തുവാനായി നിങ്ങൾ കണ്ണാടിയിൽ നോക്കുന്നു; നിങ്ങളുടെ പ്രതിബിംബം കാണുവാ നായി നിങ്ങൾ മറ്റുള്ളവരുടെ കണ്ണുകളിലേക്കു നോക്കുന്നു; നിങ്ങളാരെന്നറിയുവാനായി നിങ്ങൾ മറ്റുള്ളവരുടെ അഭിപ്രായങ്ങൾ കേൾക്കുന്നു- നല്ലത്, മോശം, സാന്മാർഗികം, അസാന്മാർഗികം, പുണ്യ വാൻ, പാപി എന്നെല്ലാം. ഇത് ശരിക്കും വിചിത്രം തന്നെ. കാരണം, നമുക്കുള്ളിൽ നിന്നുതന്നെ നമ്മെ അറിയാം; ഒരു കണ്ണാടിയുടെയും ആവശ്യമില്ല, മറ്റു ള്ളവരുടെ അഭിപ്രായങ്ങളെ ആശ്രയിക്കേണ്ട യാതൊ രാവശ്യവുമില്ല, കാരണം അവരുടെ അഭിപ്രായങ്ങ ളും നമ്മോടു പറയുന്നത് ആ പുറം ചുമരുകളെക്കു റിച്ചു മാത്രമാണ്, നമ്മളാവുന്ന ക്ഷേത്രങ്ങളുടെ പുറംചുമരുകളെക്കുറിച്ച്. അതിനകത്തുള്ള ദേവത യെക്കുറിച്ച് അവർക്കൊന്നും പറയാനാവില്ല.

നിങ്ങളുടെ സത്തയുടെ കേന്ദ്രത്തിലിരുന്നു കൊണ്ട് നിരീക്ഷിക്കുന്ന നിമിഷം നിങ്ങളാശ്ചര്യപ്പെ ടുന്നു: നിങ്ങളുടെ ശരീരം ഒരു ക്ഷേത്രം മാത്രമാണ്, ദൈവം നിങ്ങളുടെ അകത്താണ്, അതു പുറത്തു നിന്നു കണ്ടെത്തുവാൻ യാതൊരു മാർഗ്ഗവുമില്ല. പുറത്തു നിന്നു കണ്ടെത്തേണ്ട ആവശ്യവുമില്ല.

ഒരിക്കൽ നിങ്ങൾക്കുള്ളിലെ നിങ്ങളുടെ ദൈവത്തെ കണ്ടെത്തിക്കഴിഞ്ഞാൽ, പിന്നെ നിങ്ങൾക്കത് മറ്റാളുകളിലും കണ്ടെത്തുവാൻ കഴിയും, അതേ ദൈവത്തെ തന്നെ; അവരും ക്ഷേത്രങ്ങളാണ്, അവിടെയും ദൈവമുണ്ടാകാതെ തരമില്ലെന്ന് നിങ്ങളറിയും. എന്തുകൊണ്ടെന്നാൽ അവരും ജീവനുള്ളവരാണ്, ജീവിതം ദൈവമാണു താനും.

നിങ്ങളത് എല്ലായിടത്തും കണ്ടെത്തും. അപ്പോൾ നിങ്ങളത് വൃക്ഷങ്ങളിലും, മൃഗങ്ങളിലും എല്ലായിടത്തും കണ്ടെത്തും. എവിടെയെല്ലാം ജീവിതമുണ്ടോ, അവിടെയെല്ലാം ദൈവവുമുണ്ട്. അപ്പോൾ ഈ അസ്തിത്വമാകെ അവന്റെ ക്ഷേത്രമായിത്തീരുന്നു.

## പ്രദോഷമനനം

ഗാനം കേവലം പ്രതിനിധീകരിക്കുന്നത് ഒരുവൻ തന്റെ ഹൃദയത്തെ അസ്തിത്വത്തിലേക്കു പകരുവാൻ സന്നദ്ധനായും തുറന്നവനായും വർത്തിക്കുന്ന ഒരു അവസ്ഥയെയാണ്. ആ ഗാനം പ്രതീകാത്മകമാണ്.... താൻ ദുഃഖിതനല്ലായെന്ന്. പ്രഭാതത്തിൽ പാട്ടുപാടുന്ന പക്ഷികളെ നോക്കുക- അവയെപ്പോലെ തന്നെ ഒരുവനെപ്പോഴും ഒരു ഗാനമാലപിക്കുന്ന മാനസികാവസ്ഥയിലായിരിക്കണം, എപ്പോഴും പ്രഭാതമാണെന്നപോലെ, എപ്പോഴും സൂര്യന് ഉദിച്ചു പൊങ്ങുവാനുള്ള സമയമാണെന്നപോലെ.

ഏത് നിമിഷവും സൂര്യനുദിച്ചേക്കാം, നിങ്ങളതിനെ സ്വാഗതം ചെയ്യേണ്ടതുണ്ട്, നിങ്ങളൊരു സ്വീകരണാത്മകമായ മാനസികാവസ്ഥയിലായിരിക്കണം. ജാഗരൂകനായിരിക്കേണ്ടതുണ്ട്- അതിഥി ഏത് നിമിഷവും വന്നു ചേരാം. പാട്ടു പാടിക്കൊണ്ടിരിക്കുന്ന പക്ഷികൾ സൂര്യനെ സ്വീകരിക്കുവാൻ കേവലം തയ്യാറായിക്കൊണ്ടിരിക്കുകയാണ്. പുഷ്പങ്ങൾ വിടരുവാൻ തുടങ്ങുന്നു, മരങ്ങൾ കാറ്റിൽ ചാഞ്ചാടുവാൻ തുടങ്ങുന്നു, ഭൂമിയാകെ സജീവമായിത്തീരുന്നു, തീ പിടിച്ചപോലെ, പുതു ദിനത്തെ സ്വീകരിക്കുവാൻ സന്നദ്ധമായിക്കൊണ്ട്.

പാട്ടു പാടുന്ന ഹൃദയം, നൃത്തമാടുന്ന ഹൃദയം, പ്രേമപൂർണ്ണമായ ഹൃദയം, ദൈവത്തെ സ്വീകരിക്കുവാൻ സന്നദ്ധമാവുന്നു. ദുഃഖിതന് പ്രാർത്ഥിച്ചുകൊണ്ടേയിരിക്കാം, എന്നാൽ ആ ദുഃഖം മൂലം പ്രാർത്ഥന തുടക്കത്തിൽ തന്നെ വഴിമാറി പോകുന്നു. അതിന് ഭാരം വെയ്ക്കുകയും ഭൂമിയിലേക്കു തന്നെ തിരിച്ചു വീഴുകയും ചെയ്യുന്നു. അതിന് ചിറകുകളില്ല; അതിന് ആത്യന്തികതയിലേക്ക് പറന്നെത്താനാവില്ല, അതിന് ദൈവത്തിലെത്താനാവില്ല. ഒരുവൻ പരമാനന്ദ

പൂർണ്ണനും, പ്രേമപൂർണ്ണനുമായിരിക്കുമ്പോൾ, അവനിൽ നിറയെ ചിരിയും ആഹ്ളാദവുമാണെങ്കിൽ, ജീവിതത്തിന്റെ കാര്യത്തിൽ അവൻ ഗൗരവം പൂണ്ടിരിക്കുന്നില്ലെങ്കിൽ, ഒരു കൊച്ചു കുഞ്ഞിനെപ്പോലെ വിനോദനിർഭരനും നിഷ്കളങ്കനും തൊട്ടതിനും പിടിച്ചതിനുമൊക്കെ അത്ഭുതം കൂറുകയും എല്ലാറ്റിനെയും ആദരവോടെ നോക്കി നിൽക്കുകയും ചെയ്യുന്നുവെങ്കിൽ, ഹൃദയം ഹല്ലേലുയാ പാടുകയാണെങ്കിൽ- അപ്പോൾ ദൈവം ഏതു നിമിഷവും വന്നു ചേരാം.

എങ്ങനെ സ്വീകരാണത്മകനാവാം, തുറന്നവനും, പ്രേമപൂർണ്ണനും, ഗാനമാലപിക്കുന്നവനും പ്രസന്നനുമായി വർത്തിക്കാം എന്നു പഠിക്കുക- അപ്പോഴവൻ നിർബന്ധമായും വന്നെത്തും. യേശു പറയുന്നു, ''മുട്ടുവിൻ തുറക്കപ്പെടും.'' എന്നാൽ ഞാൻ പറയുന്നു, ''അതിനക്കുറിച്ചൊന്നും ഗൗനിക്കേണ്ടതില്ല! കേവലം ഗാനമാലപിക്കുക, അവൻ നിങ്ങളുടെ വാതിലിൽ വന്ന് മുട്ടിക്കൊള്ളും, അവൻ ചോദിക്കും, 'ഞാൻ അകത്തേക്ക് വന്നോട്ടെ?'' നിങ്ങളെ സ്വയം അത്രമാത്രം ആനന്ദപൂർണ്ണനാക്കിത്തീർക്കുക, അപ്പോൾ ദൈവത്തിനു പോലും അകത്തേക്കു വരണമെന്നു തോന്നും. അവനെ പ്രലോഭിപ്പിക്കുക, അവന്റെ വാതിലിൽ മുട്ടുന്നതിനേക്കാൾ ഭേദമതായിരിക്കും.

**പ്രഭാതമനനം**

''ഈ മുഴുവൻ അസ്തിത്വത്തിനും എന്നെ ആവശ്യമുണ്ട്'',''ഞാനിവിടെ ആകസ്മികമായി എത്തിപ്പെട്ടതല്ല'', ''എനിക്ക് ഒരു നിശ്ചിത ദൗത്യമുണ്ട്'', ''എന്റെ ജീവിതത്തിന് അസ്തിത്വത്തിനുവേണ്ടി സംഭാവന ചെയ്യുവാൻ മനോഹരമായ ചില കാര്യങ്ങളുണ്ട്'', എന്നൊരുവന് തോന്നാമെങ്കിൽ, അപ്പോൾ മാത്രമേ നിങ്ങൾക്ക് സഫലീകൃതമായ അനുഭൂതിയുണ്ടാവുകയുള്ളു; അപ്പോൾ മാത്രമേ നിങ്ങൾക്ക് നിങ്ങളുടെ പ്രവൃത്തിചെയ്തതായി തോന്നുകയുള്ളു. ഏതെങ്കിലും ഒരു പ്രവൃത്തി അതിന്റെ പൂർണ്ണതയിൽ ചെയ്തു തീർക്കുമ്പോൾ, ഏത് പ്രവൃത്തിയുമാവട്ടെ, നിങ്ങളുടെ സമ്പൂർണ്ണ ഹൃദയം അതിലേക്ക് സമർപ്പിച്ചുകൊണ്ട് ചെയ്തു തീർക്കുമ്പോഴുണ്ടാവുന്ന ആനന്ദം....

നിങ്ങളത് നന്നായി ചെയ്തു കഴിയുമ്പോൾ, നന്നായി പൂർത്തീകരിച്ചു കഴിയുമ്പോൾ, ആനന്ദഹർഷം ഉയർന്നു വരുന്നു; അസ്തിത്വം നിങ്ങൾമൂലം മുമ്പുണ്ടായിരുന്നതിനേക്കാൾ ഒരല്പംകൂടി ധന്യമായിത്തീർന്നിരിക്കുന്നു.

ആ അനുഭവം നിങ്ങൾ നിശ്ശബ്ദനാകുന്നതോടെ വന്നുചേരുന്നു. നിങ്ങൾ കൂടുതൽ നിശ്ശബ്ദനാകുന്നതോടൊപ്പം ആ പരംപൊരുളിന്റെ കൈകളാണ് നിങ്ങൾക്ക് പിന്നിലുള്ളതെന്ന് നിങ്ങൾക്ക് തോന്നിത്തുടങ്ങുന്നു. നിങ്ങൾ തീർത്തും നിശ്ശബ്ദനായിക്കഴിയുമ്പോൾ പൊടുന്നനെ നിങ്ങൾക്ക് കാണുവാൻ കഴിയുന്നു, പരംപൊരുളിന്റെ ചുണ്ടുകളിൽ വെറുമൊരു മുളംതണ്ടു മാത്രമാണ് നിങ്ങളെന്ന്, ആ സംഗീതമാണ് നിങ്ങളിലൂടെ ഒഴുകുന്നതെന്ന്. നിങ്ങളുടെ ഒരേയൊരു പ്രവൃത്തി അതിന് വിഘാതമാകാതിരി

ക്കലാണെന്ന്, അതിനെ വ്യതിചലിപ്പിക്കാതിരിക്കലാണെന്ന്, അതിന്റെ പൂർണ്ണ പരിശുദ്ധിയോടു കൂടി അത് നിങ്ങളിലൂടെ കടന്നുപോകുവാൻ അനുവദിക്കൽ മാത്രമാണെന്ന്. അതങ്ങനെയാണോ അതേപോലെ പകർന്നു നൽകേണ്ടതുണ്ട്.

## പ്രദോഷമനനം

ഏറ്റവും അടിസ്ഥാനപരമായ കാര്യം അസ്തിത്വത്തിന്റെ പ്രകൃതം അറിയുക എന്നതാണ്, അതുവഴി നമുക്കതുമായി സ്വരച്ചേർച്ചയിൽ വർത്തിക്കുവാൻ കഴിയും. അല്ലാത്തപക്ഷം എല്ലാവരും അടിതെറ്റുന്നു, ആ അടിതെറ്റലാണ് ദുഃഖമെന്നു പറയുന്നത്. അസ്തിത്വവുമായി സ്വരൈക്യത്തിൽ വർത്തിക്കലാണ് പരമാനന്ദം. അസ്തിത്വവുമായി സ്വരഭേദത്തിൽ വർത്തിക്കലാണ് ദുഃഖം.

അതുകൊണ്ട് നിങ്ങളുടെ ജീവിതത്തിൽ സമ്പൂർണ്ണമായ ഒരു പരിവർത്തനം വരുത്തിത്തീർക്കുവാൻ കഴിയുന്ന ഒരേയൊരു കാര്യം അസ്തിത്വത്തിന്റെ സത്യം, ആ പ്രകൃതം, അതിന്റെ താവോയെക്കുറിച്ച് ബോധവാനായിത്തീരലാണ്. ആ പാത ബാഹ്യത്തിലൂടെയല്ല നീങ്ങുന്നത്, ആ പാത നിങ്ങളിലൂടെയാണ് നീങ്ങുന്നത്; അതൊരു ആന്തരികയാത്രയാകുന്നു.

ആദ്യമായി നിങ്ങൾ നിങ്ങളുടെ കേന്ദ്രം കണ്ടെത്തേണ്ടിയിരിക്കുന്നു. നിങ്ങളുടെ കേന്ദ്രത്തെ കണ്ടെത്തുന്ന നിമിഷം നിങ്ങൾ അസ്തിത്വത്തിന്റെ കേന്ദ്രം കണ്ടെത്തിയിരിക്കുന്നു, കാരണം അവ രണ്ടല്ല. നമ്മൾ വേർപ്പെട്ടു നിൽക്കുന്നത് പുറംപരിധികളിൽ മാത്രമാണ്, കേന്ദ്രത്തിൽ നാമെല്ലാം സംഗമിക്കുകയും സംലയിക്കുകയും ചെയ്യുന്നു. ആ കേന്ദ്രത്തിൽ നാമെല്ലാം ഒന്നാവുന്നു: വൃക്ഷങ്ങൾ, പർവ്വതങ്ങൾ, ആളുകൾ, മൃഗങ്ങൾ, നക്ഷത്രങ്ങൾ.

നിങ്ങളുടെ സ്വന്തം കേന്ദ്രത്തിലേക്ക് നിങ്ങൾ തുളച്ചു കയറുന്ന നിമിഷം, ഉള്ളതായ എല്ലാറ്റിന്റെയും താവോ നിങ്ങളറിയാനിട വരുന്നു. ഒരിക്കൽ ആ താവോ, ആ പ്രകൃതം, ധമ്മം നിങ്ങളറിഞ്ഞു കഴിഞ്ഞാൽ, അതിനെതിരാകുവാൻ നിങ്ങൾക്കാവുകയില്ല, അത് ആത്മഹത്യാപരമായിരിക്കും. എന്നാൽ അത

റിയാതെ തീർച്ചയായും ഒരുവൻ തട്ടിത്തടഞ്ഞ് വീഴുകയേയുള്ളൂ. വഴിതെറ്റുകയേയുള്ളൂ.

നിങ്ങളുടെ കേന്ദ്രത്തെ കണ്ടെത്തുവാനുള്ള മാർഗ്ഗമാണ് ധ്യാനം. അവശ്യമായത് ധ്യാനമാണ്; ധ്യാനം നിങ്ങൾക്ക് പഠിക്കുവാൻ കഴിയുമെങ്കിൽ നിങ്ങൾ എല്ലാം പഠിച്ചു കഴിഞ്ഞു.

## പ്രഭാതമനനം

ഒരു ഗാനമായിത്തീരുക, ജീവിതത്തിൽ അഭിരമിക്കുക. വെയിലിലും മഴയിലും കാറ്റിനോടൊപ്പം നൃത്തം ചെയ്യുക. നിങ്ങൾ നടന്നുകൊണ്ടിരിക്കുന്നത് പുണ്യനിലത്ത് തന്നെയാണ്, അതെല്ലാം ദൈവികമാണ്, ആ ചുറ്റുമുള്ളതെല്ലാം. ഒരു ഗാനമായി വർത്തിക്കാതിരിക്കുന്നത് നന്ദികേടാണ്, നൃത്തമാടാതിരിക്കുന്നത് നന്ദികേടാണ്. ദൈവത്തോട് നന്ദിപൂർവ്വം നമുക്ക് ചെയ്യുവാൻ കഴിയുന്നത് കൊച്ചുകൊച്ചു ഗാനങ്ങളാലപിക്കലാണ്, കൊച്ചു കൊച്ചു നൃത്തങ്ങൾ ചെയ്യലാണ്. നമ്മുടേതായ ചെറിയ രീതിയിൽ നമുക്കാഘോഷിക്കാം. അങ്ങനെ ജീവിതം ഒരു ഉൽസവമായിത്തീരട്ടെ, ഒരാഹ്ളാദം, ഒരു ഹല്ലേലുയാ!

# 31

## പ്രദോഷമനനം

ഒരുപാടുപേർ ദൈവത്തെ തേടുന്നതും തെരയുന്നതും അവർ സ്വയം അവനെ കണ്ടുമുട്ടുന്നതിന് സന്നദ്ധനാണോ എന്ന കാര്യം ആലോചിക്കാതെയാണ്, അവൻ നമ്മളെ കാണുവാൻ ഇച്ഛിക്കുംവിധം നാം സന്നദ്ധരായിട്ടുണ്ടോ എന്നതിനെക്കുറിച്ച് ഗൗനിക്കാതെ. അവർ ഒരിക്കലും ആ കാര്യത്തെക്കുറിച്ച് ചിന്തിക്കുന്നില്ല. എന്റെ ഊന്നൽ ഇതാണ്: ദൈവത്തെക്കുറിച്ച് എല്ലാം മറക്കുക, കേവലം നിങ്ങൾ സ്വയം തയ്യാറെടുക്കുക. സമയം പക്വമാവുകയും നിങ്ങൾ സന്നദ്ധനാവുകയും ചെയ്യുമ്പോൾ ദൈവം നിങ്ങളിൽ സംഭവിക്കുക തന്നെ ചെയ്യും. ആ കാര്യത്തെക്കുറിച്ച് നിങ്ങൾ ഗൗനിക്കേണ്ടതില്ല. നിങ്ങൾ അവനെക്കുറിച്ച് ചിന്തിക്കുകയും ചെയ്യേണ്ടതില്ല. നിങ്ങളുടെ ചിന്തിക്കൽ സഹായിക്കുവാൻ പോകുന്നില്ല. തയ്യാറായിക്കൊണ്ടിരിക്കുക! തയ്യാറാവുക എന്നാലർത്ഥം, ആഹ്ലാദിക്കുക, പ്രഫുല്ലനം ചെയ്യുക, നൃത്തം ചെയ്യുക, പ്രണയിക്കുക, ഗാനമാലപിക്കുക, ധ്യാനിക്കുക. അങ്ങനെ നിങ്ങളുടെ എല്ലാ മാനങ്ങളും, നിങ്ങളുടെ സത്തയുടെ എല്ലാ ദളങ്ങളും വിടരുവാൻ തുടങ്ങുന്നു.

Notes

Notes

Notes

www.ingramcontent.com/pod-product-compliance
Lightning Source LLC
LaVergne TN
LVHW040745051026
849519LV00007BA/2445